शेती मित्रकीटक

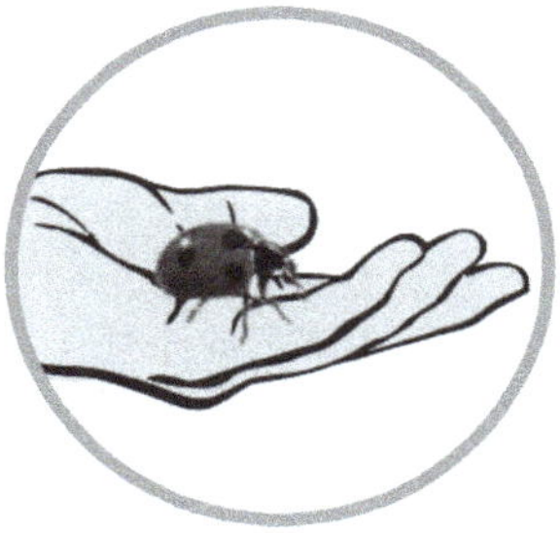

डॉ. बी. बी. भोसले
प्रा. बी. व्ही भेदे
प्रा. एस. टी. शिंदे
डॉ. अनंत बडगुजर

कीटकशास्त्र विभाग
वसंतराव नाईक मराठवाडा कृषी विद्यापीठ, परभणी

सकाळ प्रकाशन

सकाळ प्रकाशन

शेती मित्रकीटक

© डॉ. बी. बी. भोसले (२०१८),
प्रा. बी. व्ही भेदे, प्रा. एस. टी. शिंदे, डॉ. अनंत बडगुजर
कीटकशास्त्र विभाग
वसंतराव नाईक मराठवाडा कृषी विद्यापीठ, परभणी

प्रथम आवृत्ती : नोव्हेंबर २०१४

तिसरी आवृत्ती : ऑगस्ट २०१८

प्रकाशक
सकाळ मीडिया प्रा. लि.
५९५, बुधवार पेठ, पुणे २.

मांडणी
आर्ट ॲडव्हर्टायझिंग, पुणे

संपर्क :
पुस्तक प्रकाशन विभाग, सकाळ पेपर्स लि.,
८८८८८ ४९०५० / ०२०-२४४०५६७८.

ISBN 978-93-84316-24-2

मनोगत

कीटक हे पृथ्वीतलावरील अत्यंत महत्त्वाचे सजीव आहेत. एकूण सजीव प्रजातींपैकी ७० टक्के प्रजाती कीटकांच्या आहेत. काही कीटक हानिकारक असतात, तर काही उपयुक्तदेखील असतात. विविध पिकांवर हानिकारक किडींचा प्रादुर्भाव होऊन पिकांचे मोठ्या प्रमाणात नुकसान होते. त्यांच्या व्यवस्थापनासाठी रासायनिक कीटकनाशकांचाच प्रामुख्याने वापर केला जातो. त्यामुळे अनेक दुष्परिणामांना सामोरे जावे लागत आहे. निसर्गामध्ये हानिकारक किडींचे नैसर्गिकरित्या नियंत्रण केले जाते. किडींच्या नैसर्गिक शत्रूंमध्ये परभक्षी, परोपजीवी कीटक व रोग पसरवणाऱ्या सूक्ष्म जीवजंतूंचा समावेश होतो. निसर्गामध्ये हे नैसर्गिक शत्रू पिकावरील किडींच्या संख्येवर नियंत्रण ठेवण्यास मदत करतात. कीड व्यवस्थापनासाठी त्यांच्या नैसर्गिक शत्रूंविषयी माहिती असणे अत्यंत आवश्यक आहे, कारण त्यांच्या मदतीने किंवा त्याच्या आवश्यकतेनुसार नियोजन करून आपला फायदा करून घेता येतो. शेतकरी, विस्तार कार्य करणारे शास्त्रज्ञ यांना किडींच्या नैसर्गिक शत्रूंचा पिकावरील कीड व्यवस्थापनासाठी योग्य उपयोग करून घेण्याचे ज्ञान कमी आहे. त्यांना मित्रकीटक आणि शत्रू किडीमधील फरक ओळखता येणे व मित्रकीटकांचे संवर्धन करणे आवश्यक आहे.

तसेच तणाचा बंदोबस्त करणारे कीटक, मधमाशी, रेशीम कीटक हे उपयुक्त कीटकदेखील आपले मित्र आहेत. दैनिक ॲग्रोवनमध्ये 'दोस्ती मित्रकीटकांशी' या मालिकेद्वारे मित्रकीटकांची माहिती प्रकाशित करण्यात आली होती. सदरील पुस्तकामध्ये त्याचे एकत्रीकरण केले आहे. या पुस्तकामध्ये विविध मित्रकीटकांची, त्यांच्या विविध प्रजाती व वेगवेगळ्या अवस्थांची उत्कृष्ट छायाचित्रांसह माहिती देण्यात आली आहे. हे पुस्तक शेतकऱ्यांना, विस्तार कार्य करणाऱ्यांना, शास्त्रज्ञांना आणि कृषीच्या विद्यार्थ्यांना अतिशय चांगल्या माहितीचे व संदर्भाचे साधन ठरणार आहे.

या पुस्तकासाठी वसंतराव नाईक मराठवाडा कृषी विद्यापीठ, परभणी येथील विविध अधिकारी, कर्मचाऱ्यांनी प्रोत्साहन व सतत मार्गदर्शन केल्याबद्दल त्यांचे आभारी आहोत. तसेच हे पुस्तक प्रकाशित करण्यासाठी पुढाकार घेतलेल्या 'सकाळ प्रकाशन'चे आभारी आहोत.

डॉ. बी. बी. भोसले

संचालक, विस्तारशिक्षण

वसंतराव नाईक मराठवाडा कृषी विद्यापीठ, परभणी

अनुक्रमणिका

मित्रकीटकांचे महत्त्व

निसर्गात आढळून येणारे बरेचसे सजीव पिकांचे नुकसान करणाऱ्या किडींचे नैसर्गिक शत्रू आहेत. तं किडींना पूर्णपणे मारतात किंवा जगण्यासाठी त्यांना अशक्य बनवतात, त्यामुळे पूर्ण वाढ होण्याआधीच किडींचा मृत्यू होतो किंवा त्यांचे प्रजनन कमी होते. किडींची संख्या नियंत्रित ठेवण्यामध्ये महत्त्वाचा वाटा असलेल्या अशा कीटकांना आपण 'मित्रकीटक' म्हणतो.

नैसर्गिक शत्रूंचा किडींवर किती परिणाम होतो, याची माहिती असणे आवश्यक आहे. त्याआधारे किडींच्या संख्येची घनता व उद्रेकाचा अंदाज घेता येतो. आपल्या फायद्यासाठी कीडनियंत्रण व्यवस्थापनामध्ये मित्रकीटक व अन्य जैविक घटकांचा उपयोग करून घेण्यासाठी त्यांच्याबद्दल माहिती करून घेणे गरजेचे आहे.

जैविक कीडनियंत्रण व्यवस्थापन म्हणजे किडींच्या नैसर्गिक शत्रूंचा म्हणजेच मित्रकीटकांचा वापर करणे होय. किडींच्या नैसर्गिक शत्रूंमध्ये परभक्षी कीटक, परोपजीवी कीटक आणि रोगकारक सूक्ष्म जीवजंतूंचा समावेश होतो. परभक्षी हे स्वतंत्रपणे राहणारे सजीव असून ते दुसऱ्या सजीवांवर उपजीविका करतात. ते किडींच्या बाल्य व प्रौढ या दोन्ही अवस्थांवर उपजीविका करतात. पूर्ण वाढ होण्यासाठी परभक्षी कीटकाला एकापेक्षा जास्त भक्ष्यांची गरज असते. परोपजीवी कीटक किडीच्या अंडी, अळी व कोष यांच्या आत राहून आपली उपजीविका करतात. प्रौढ परोपजीवी कीटक यजमानाच्या शरीरात किंवा शरीरावर अंडी घालतात. त्या अंड्यातून निघालेल्या अळ्या यजमान किडीचा (होस्ट) नाश करतात. परोपजीवी कीटक हे बाल्यावस्थेत यजमान किडींवर जगतात तर कीटक स्वतंत्र राहतात. किडींमध्ये रोग निर्माण करणाऱ्या प्रमुख सूक्ष्मजीवांमध्ये जीवाणू, बुरशी, विषाणू आदींचा समावेश होतो. अकीटकीय नैसर्गिक शत्रूंमध्ये सूत्रकृमी, कोळी, सरीसृप प्राणी आणि पक्षी यांचा समावेश होतो. किडींच्या नैसर्गिक शत्रूंचे म्हणजेच मित्रकीटकांचे कीडव्यवस्थापनामध्ये महत्त्व लक्षात घेता त्यांची ओळख व संवर्धन करणे गरजेचे आहे. त्यादृष्टीने या पुस्तकात मित्रकीटकांची ओळख करून दिली आहे.

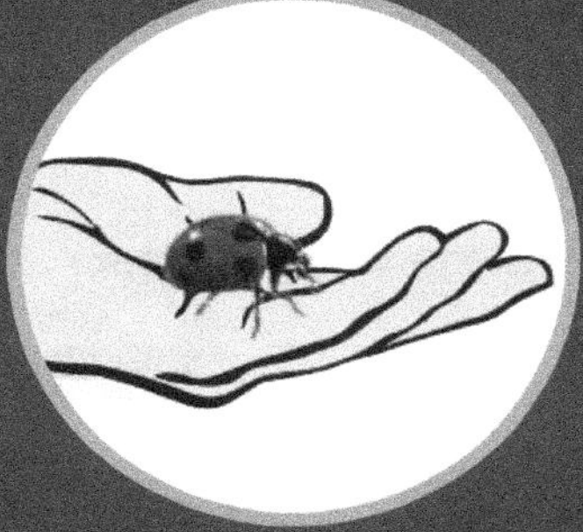

परभक्षी कीटक

परभक्षी हे स्वतंत्रपणे राहणारे सजीव असून, ते दुसऱ्या सजीवांवर उपजीविका करतात. ते किडींच्या बाल्य व प्रौढ या दोन्ही अवस्थांवर उपजीविका करतात. पूर्ण वाढ होण्यासाठी परभक्षी कीटकाला एकापेक्षा जास्त भक्ष्यांची गरज असते. त्यांची ओळख करून घेतल्यास एकात्मिक कीडव्यवस्थापन सोपे होते...

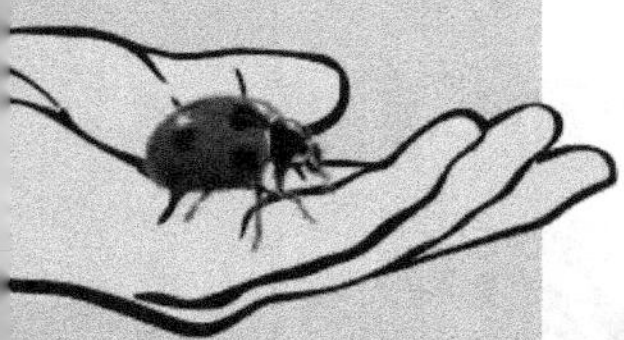

ढालकिडा

नाव : ढालकिडा

इंग्रजी नाव : Ladybird beetle

कुळ : Coccinellidae, **गण :** Coleptera

१

ओळख :

- ढालकिडा या परभक्षी कीटकाच्या अनेक प्रजाती जगभर आढळतात. ढालकिडा आकाराने अर्धगोलाकार असून १ ते १० मि. मी. लांब असतो, आखूड पाय आणि शरीर गर्द रंगाचे असून काळ्या, पिवळ्या व लाल रंगाच्या खुणा असतात. प्रौढाच्या पंखावर ठिपके असतात. प्रजातीनुसार त्यांच्यात फरक असतो. अळी अवस्था लांब, मृदू शरीराची असून, काळपट रंगाची असते. त्यावर निळे, हिरवे, लाल किंवा काळे ठिपके असतात. अंडी पुंजक्यात असून, पिवळ्या किंवा नारंगी रंगाची असतात.

ढालकिड्याचा जीवनक्रम

जीवनक्रम :

- जीवनक्रम अंडी, अळी, कोष व प्रौढ अशा चार अवस्थांमधून पूर्ण होतो. मादी प्रजातीनुसार १ ते ३ महिन्यांच्या कालावधीत १०० ते ७५० अंडी घालते. अंड्यांतून ३ ते ५ दिवसांनंतर अळी बाहेर पडते. ती विविध भक्ष्यकिडींवर ६ ते १० दिवस उपजीविका करून कोषावस्थेत जाते. कोषावस्था ३ ते १२ दिवसांची असते. त्यानंतर कोषातून प्रौढ बाहेर निघतात. नर-मादीचे मीलन होऊन मादी अंडी घालते.

भक्ष्यकिडी :

- ढालकिड्याची प्रौढ व अळी अवस्था विविध पिकांवरील मावा, फुलकिडे, पांढरी माशी, खवले कीड, पिठ्या ढेकूण, तुडतुडे, पतंगवर्गीय किडींची अंडी व लहान अळ्या, मृदू शरीराच्या किडी यावर उपजीविका करतात.

आढळ :

- ढालकिड्याच्या विविध प्रजाती जगभर आढळून येतात. ढालकिडे हे भक्ष्यकिडीच्या आसपास विविध पिके, झाडांवर आढळून येतात.

संवर्धन :

- प्रौढ ढालकिडे भक्ष्यकिडीशिवाय फुलातील परागकणदेखील खातात. त्यामुळे शेतामध्ये अशी पिके किंवा झाडे लावावीत (उदा.- कपाशीभोवती मका, चवळी). संवर्धनासाठी रासायनिक कीटकनाशकांचा अतिरेकी वापर करू नये. पिकाच्या सुरुवातीच्या अवस्थेत रासायनिक कीटकनाशकांचा वापर करू नये. त्याऐवजी जैविक कीटकनाशकांचा वापर करावा. एकात्मिक कीड व्यवस्थापनाचा अवलंब करावा.

■

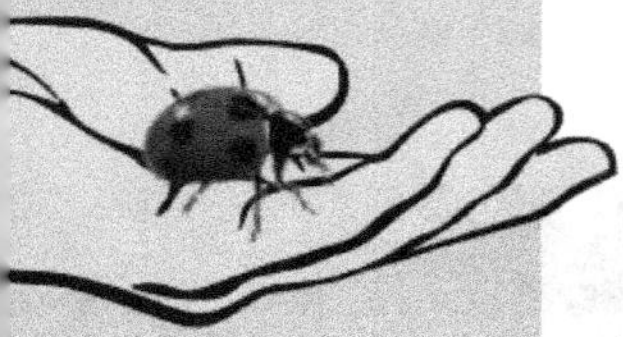

ढालकिडा (मेनोचिलस सेक्समॅक्युलॅटस)

२

नाव : ढालकिडा (मेनोचिलस सेक्समॅक्युलॅटस प्रजाती)

इंग्रजी नाव : Six spotted zigzag lady beetle

शास्त्रीय नाव : *Menochilus sexmaculatus* (Fabricius) / *Cheilomenes sexmacuata*

कुळ : Coccinliiidae, **गण :** Coleoptera

ओळख :

- प्रौढ भुंग्याची लांबी ३.३ - ६.२ मि.मी. व रुंदी ३.० -५.३ मि.मी. असते. आकाराने अर्धगोलाकार असून, समोरचे पंख टणक, नारंगी किंवा फिकट लाल किंवा पिवळ्या रंगाचे असतात. समोरच्या पंखावर प्रत्येकी दोन काळ्या रंगाच्या नागमोडी रेषा व एक ठिपका असतो. अशा प्रकारचेच प्रौढ सर्वसाधारणपणे आढळतात, पण काही प्रमाणात या नागमोडी रेषा व ठिपके वेगळ्या प्रकारे आढळून येतात.

चिलोमिनस सेक्समॅक्युलॅटस

जीवनक्रम :

- मादी भक्ष्यकिडींच्या जवळपास अंडी घालते. एक मादी साधारपणपणे ७२५ अंडी घालते. अंड्यांमधून ३ ते ४ दिवसांत अळ्या निघतात. अळ्यांची आठ दिवसांमध्ये पूर्ण वाढ होऊन झाडावरच त्या कोषावस्थेत जातात. कोषावस्था तीन दिवसांची असते. त्यानंतर कोषातून प्रौढ बाहेर निघतात व ते ५७ ते ७५ दिवस जगतात. हा ढालकिडा वर्षभर वेगवेगळ्या पिकांवर आढळून येतो.

यजमान पिके :

- कापूस, ऊस, तृणधान्ये, तेलबिया, कडधान्ये, भाजीपाला, फळझाडे इत्यादी.

भक्ष्यकिडी :

- मावा, पांढरी माशी, पिठ्या ढेकूण, तुडतुडे, सायला, लाल कोळी, पायरीला, पतंगवर्गीय किडींच्या लहान अळ्या, खोडमाशीची अळी.
- या ढालकिड्याची एक अळी ३५०-४०० माव्यांची पिल्ले खाते व एक प्रौढ दररोज १२ पिल्ले खातो.

आढळ :

- भारत, पाकिस्तान, बांगलादेश, श्रीलंका, मलेशिया, चीन, जपान, तैवान, फिलिपिन्स, अमेरिका इराण, ऑस्ट्रेलिया आदी देशांत.

संवर्धन :

- प्रौढ ढालकिडे भक्ष्यकिडीशिवाय फुलातील परागकणदेखील खातात. त्यामुळे शेतामध्ये तशी पिके किंवा झाडे लावावीत. उदा. कपाशीभोवती मका, चवळी.

विविध रंगांच्या मेनोचिलस सेक्समॅक्युलॅटस प्रजातीचे प्रौढ

■■ रासायनिक कीटकनाशकांचा अतिरेकी वापर करू नये.

पिकाच्या सुरुवातीच्या अवस्थेत रासायनिक कीटकनाशकांचा वापर करू नये.
जैविक कीटकनाशकांचा वापर करावा.
एकात्मिक कीडव्यवस्थापनाचा अवलंब करावा.

■

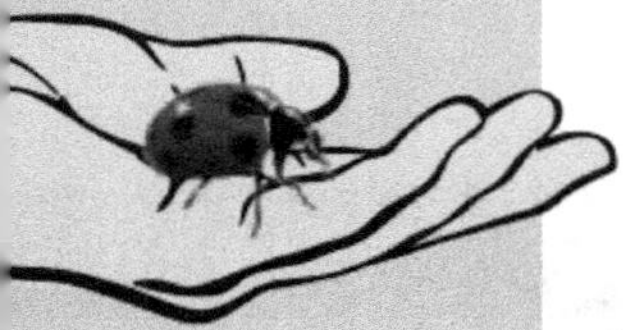

३ सात ठिपक्यांचा ढालकिडा

नाव : सात ठिपक्यांचा ढालकिडा
(कॉक्सिनेल्ला सेप्टमपंक्टा प्रजाती)

इंग्रजी नाव : Seven Spotted ladybird beetle

शास्त्रीय नाव : *Coccinella septumpumcta L.*

कुळ : Coccinliiidae, **गण :** Coleoptera

ओळख :

- प्रौढ ढालकिडा मादी भक्ष्यकिडीच्या जवळ पुंजक्यामध्ये १० ते ५० अंडी घालते. अंड्यातून ३ ते ४ दिवसांनी अळी बाहेर पडते. अळीची पूर्ण वाढ ९ ते १० दिवसांत होते व कोषावस्थेत जाते. कोषावस्था ३ ते ७ दिवसांची असते. प्रौढ ढालकिडा ६५ ते १३६ दिवस जगतो.

यजमान पिके :

- तृणधान्ये, कडधान्ये, तेलबिया, कापूस, ऊस आदींवर आढळतो.

भक्ष्यकिडी :

- विविध पिकांवरील मावा, पिठ्या ढेकूण, खवले कीड, लाल कोळी, पतंगवर्गीय किडीची अंडी व लहान अळ्या.
- या ढालकिड्याची प्रत्येक अळी ४५० ते ५०० माव्याची पिल्ले खाते व एक प्रौढ दररोज १०० ते १५० माव्याची पिल्ले खातो.

आढळ :

- भारत, मध्य पूर्वेतील देश, युरोप, उत्तरेस अमेरिका येथील सर्व देशांमध्ये ही प्रजाती आढळते.

संवर्धन :

- प्रौढ ढालकिडे भक्ष्यकिडीशिवाय फुलातील परागकणदेखील खातात, त्यामुळे शेतामध्ये त्या अनुषंगाने वनस्पती लावाव्यात. रासायनिक कीटकनाशकांचा अतिरेकी वापर टाळावा.

■

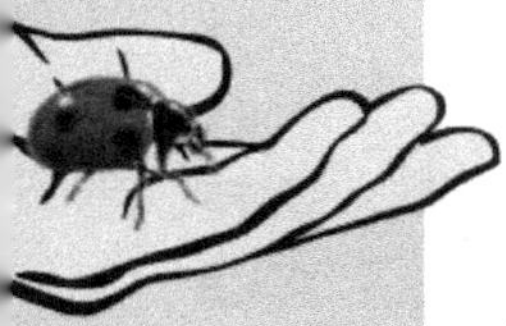

४ कॉक्सिनेल्ला ढालकिडा

नाव : ढालकिडा (कॉक्सिनेल्ला ट्रान्सवर्व्हसॅलीस प्रजाती)

इंग्रजी नाव : Transverse ladybird beetle

शास्त्रीय नाव : *Cocinella transversalis* (Fabricius)

कुळ : Coccinliiidae, **गण :** Coleoptera

ओळख :

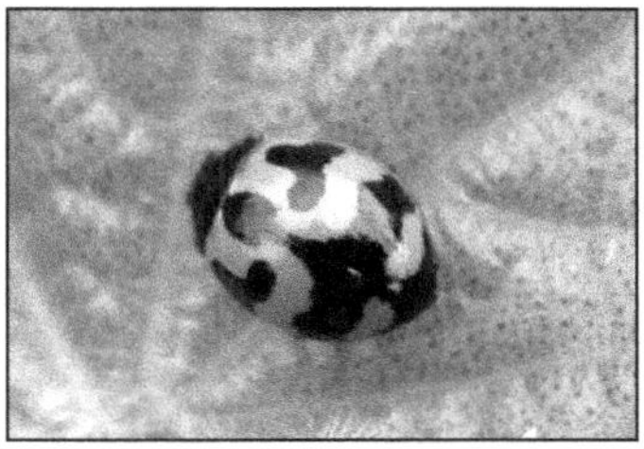

- प्रौढ ढालकिडा मध्यम आकाराचा ३.८- ६.७ मि. मी. लांब असून, डोके काळ्या रंगाचे असते. समोरील पंख नारंगी किंवा गडद लाल रंगाचे असून, मध्यभागी एक काळा पट्टा असतो. त्याच्या दोन्ही बाजूंना प्रत्येकी एक काळा पट्टा असतो.

जीवनक्रम :

- एक मादी जवळपास ६५० अंडी देऊ शकते. अंडी २ ते ३ दिवसांत उबतात व त्यातून अळ्या निघतात. अळ्यांची पूर्ण वाढ ८ ते १० दिवसांमध्ये होऊन त्या कोषावस्थेत जातात. कोषातून ३ ते ७ दिवसांमध्ये प्रौढ निघतात. प्रौढ साधारणपणे ५० ते ६० दिवस जगतात.

यजमान पिके :

- कापूस, वांगी, भेंडी, भात, तेलबिया, तृणधान्ये, कोबी, टरबूज आदी पिकांवर हा मित्रकीटक आढळतो.

भक्ष्यकिडी :

- विविध पिकांवरील मावा, तुडतुडे, संत्र्यावरील सायला, खवले कीड, घाटेअळीची अंडी व लहान अळ्या यांवर उपजीविका करतो.

आढळ :

- भारत, नेपाळ आणि दक्षिण आशियातील देश, मलेशिया, ऑस्ट्रेलिया आदी देशांमध्ये आढळून येतो.

संवर्धन :

- प्रौढ ढालकिडे भक्ष्यकिडीशिवाय फुलांतील परागकणदेखील खातात. संवर्धनासाठी एकात्मिक कीडव्यवस्थापनाचा अवलंब करावा.

■

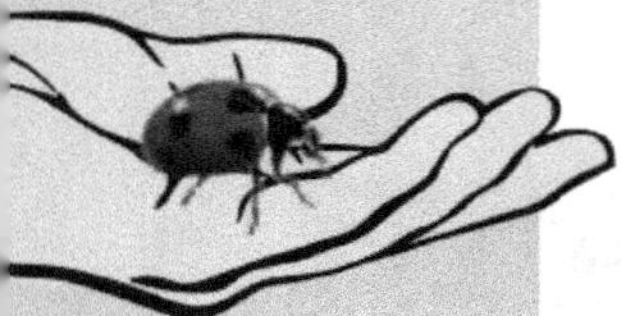

५

अडोनीस ढालकिडा

नाव : अडोनीस ढालकिडा (एडोनीया किंवा हिप्पोडॅमिया व्हॅरीगॅटा प्रजाती)

इंग्रजी नाव : Adonis lady beetle / white collared lady beetle / variegated lady beetle

शास्त्रीय नाव : *Adonia* (or *Hippodamia*) *variegata* (Goeze)

कुळ : Coccinliiidae, **गण :** Coleoptera

ओळख :

- प्रौढ ढालकिडा ३ ते ६ मि. मी. लांब असून, डोक्यामागील बाजू पांढरी असते. समोरील पंख पिवळसर नारंगी किंवा गडद लाल असून, त्यावर जास्तीत जास्त १३ ठिपके असतात.

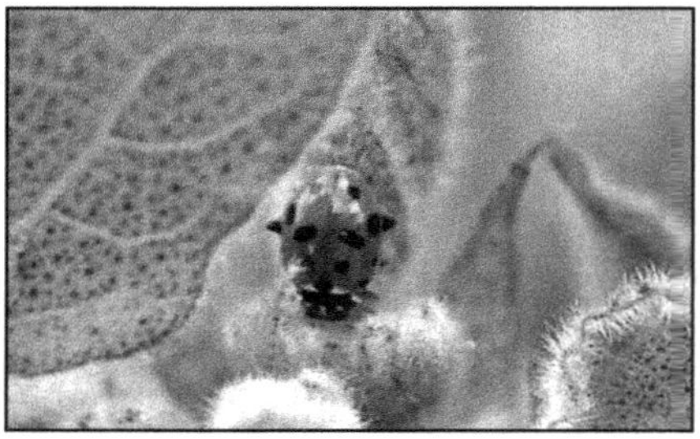

जीवनक्रम :

- एक मादी २५० ते ३०० अंडी घालते. अंड्यातून २ ते ४ दिवसांत अळ्या बाहेर पडतात. अळी अवस्था ७ ते १० दिवसांची असते. अळीची पूर्ण वाढ झाल्यानंतर कोषामध्ये जाते. कोषामधून ३ ते ५ दिवसांनी प्रौढ निघतात. प्रौढ १९ ते २६ दिवस जिवंत राहतात.

यजमान पिके :

- तृणधान्ये, तेलबिया, कापूस, कोबी, फुलकोबी, भेंडी, गाजर, वांगी, कारले, सफरचंद इत्यादी मध्ये आढळतात.

भक्ष्यकिडी :

- विविध पिकांवरील मावा, पतंगवर्गीय किडींच्या लहान अळ्या, लाल कोळी यांचे भक्षण करतो. या ढालकिड्याची एक अळी जवळपास १३० माव्यांना खाते; तर एक प्रौढ दररोज ३५ ते ७५ मावा खातो.

आढळ :

- भारत, चीन, पाकिस्तान, आफ्रिका, सुदान, रशिया, बल्गेरिया, कोरिया, श्रीलंका, पोर्तुगीज, चिली, मोरोक्को, जर्मनी, येमेन, झिम्बाब्वे, युगोस्लाविया, झेकोस्लोवाकिया इत्यादी देशांत आढळून येतो.

संवर्धन :

- प्रौढ ढालकिडे भक्ष्यकिडीशिवाय फुलांतील परागकणदेखील खातात. त्यामुळे शेतामध्ये ढालकिड्यांना आकर्षित करणारी पिके किंवा झाडे लावावीत (उदा. कपाशी भोवती मका, चवळी.). रासायनिक कीटकनाशकांचा अतिरेकी वापर करू नये. पिकाच्या सुरुवातीच्या अवस्थेत रासायनिक कीटकनाशकाचा वापर टाळावा. जैविक कीटकनाशकांचा वापर करावा. एकात्मिक कीड व्यवस्थापनाचा अवलंब करावा.

■

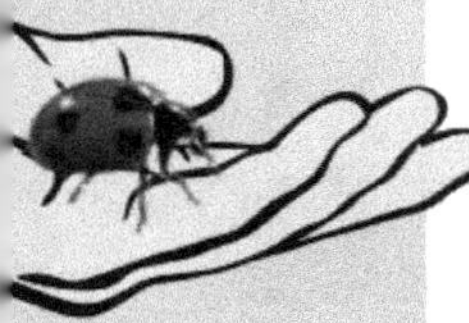

६

ब्रुमस सुटुलॅरीस

नाव : ढालकिडा (ब्रुमस सुटुलॅरीस प्रजाती)

इंग्रजी नाव : Lady beetle

शास्त्रीय नाव : *Brumus sutularis* (Fabricius)

कुळ : Coccinliiidae, **गण :** Coleoptera

ओळख :

- प्रौढ ढालकिडा २-३ मि.मी. लांब असतो. डोके व त्यामागील बाजू तपकिरी रंगाची असते. समोरील पंख फिकट पिवळसर रंगाचे असतात. त्यावर तीन काळे पट्टे असतात. एक पट्टा मध्यभागी व दोन्ही बाजूला एक-एक पट्टा असतो. डोळे काळ्या रंगाचे असतात.

जीवनक्रम :

- एक मादी जवळपास १५० ते २१० अंडी घालते. ही अंडी ४ ते ७ दिवसांत ऊबतात. अळी अवस्था ६ ते ११ दिवसांची तर कोषावस्था ६ ते ८ दिवसांची असते. कोषांमधून निघालेले प्रौढ २५ ते ४५ दिवस जगतात.

यजमान पिके :

- कापूस, डाळवर्गीय पिके, करडई, भुईमूग, मोहरी, लिंबूवर्गीय पिके, द्राक्ष, सीताफळ, भेंडी, कोबी, तृणधान्ये, सोयाबीन, इत्यादी पिकांवर आढळतात.

भक्ष्यकिडी :

- विविध पिकांवरील मावा, पिठ्या ढेकूण, तुडतुडे, पायरिला, पांढरी माशी, खवले कीड, लाल कोळी व पतंगवर्गीय किडींची अंडी यावर उपजीविका करतात. एक प्रौढ ढालकिडा दररोज ११ मावा किंवा २-३ पिठ्या ढेकणाची पिल्ले खातो.

आढळ :

- भारत, नेपाळ, श्रीलंका, फिलिपाईन्स, पूर्व आफ्रिकेतील देश येथे आढळतात.

संवर्धन :

- प्रौढ ढालकिडे भक्ष्यकिडीशिवाय फुलातील परागकण देखील खातात, त्यामुळे शेतामध्ये अशी पिके किंवा झाडे लावावीत. (उदा. कपाशीभोवती मका, चवळी.)
- रासायनिक कीटकनाशकांचा अतिरेकी वापर टाळावा. पिकाच्या सुरुवातीच्या अवस्थेत रासायनिक कीटकनाशकाचा वापर करू नये. जैविक कीटकनाशकांचा वापर करावा. एकात्मिक कीड व्यवस्थापनाचा अवलंब करावा.

■

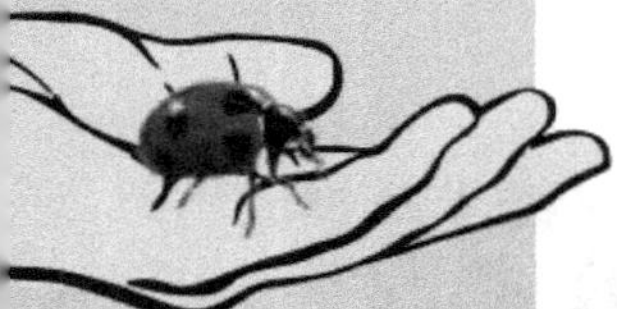

ऑस्ट्रेलियन ढालकिडा

७

नाव : ऑस्ट्रेलियन ढालकिडा
(क्रिप्टोलेमस मॉन्ट्रॉझेरी प्रजाती)

इंग्रजी नाव : Australian ladybird beetle / Mealybug destroyer

शास्त्रीय नाव : *Cryptolaemous montrouzeiri* Mulsant

कुळ : Coccinliiidae, **गण :** Coleoptera

ओळख :

- प्रौढ ढालकिडा लहान ३ ते ४ मिमी लांब असतो. समोरचे पंख गडद तपकिरी रंगाचे असतात. डोळे व त्यामागील बाजू नारिंगी रंगाची असते. अळीच्या संपूर्ण शरीरावर मेणचट पांढरे धागे असल्याने ती पिठ्या ढेकणासारखीच दिसते.

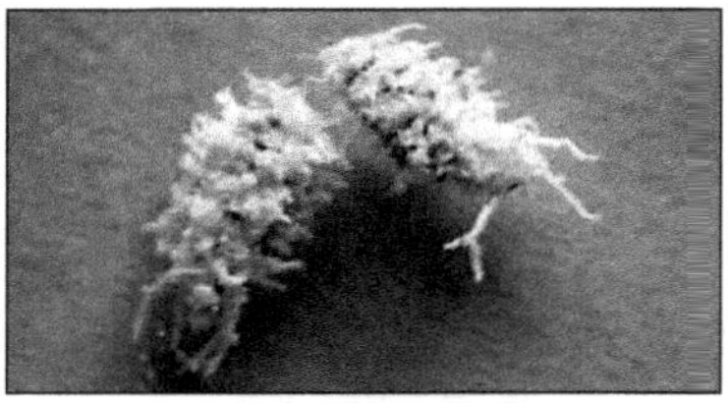

अळी अवस्था

जीवनक्रम :

- एक मादी ढालकिडा १५० ते १७० अंडी घालते. ही अंडी ४ ते ५ दिवसांत उबतात. अळीची वाढ २ ते ३ आठवड्यांत होते. कोषावस्था ८ ते ९ दिवसांची असते. कोषातून प्रौढ निघाल्यानंतर ४० ते ५३ दिवस जिवंत राहतात.

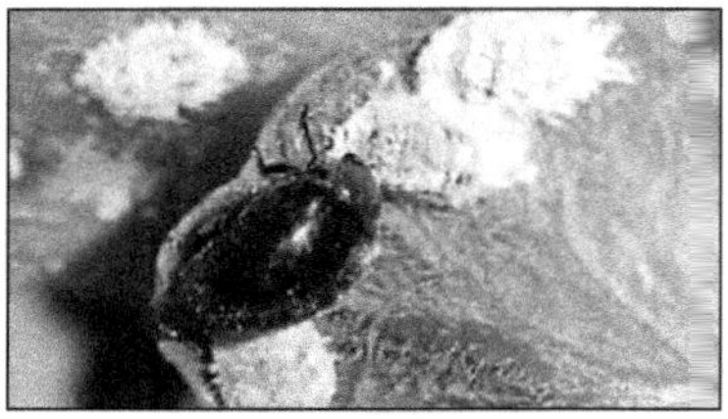

प्रौढ अवस्था

यजमान पिके :

- फळपिके, पेरू, आंबा, द्राक्ष, चिकू, लिंबूवर्गीय पिके, कॉफी, वांगी इत्यादी पिकांवर आढळतात.

भक्ष्यकिडी :

- या ढालकिड्याची अळी व प्रौढ विविध पिकांवरील पिठ्या ढेकूण व खवले किडीच्या वेगवेगळ्या प्रजातींची अंडी, पिल्ले व प्रौढ अवस्था भक्षण करतात. भारतामध्ये द्राक्षावरील पिठ्या ढेकणाचे यशस्वी नियंत्रण या ढालकिड्यामुळे झाले आहे. या ढालकिड्याची एक अळी पिठ्या ढेकणाची ८८० अंडी किंवा २६० पिले किंवा २८ प्रौढ खाते.

■■ *१८९८ मध्ये भारतात आला...*

हा ढालकिडा ऑस्ट्रेलियातून अमेरिकेमध्ये सर्वप्रथम १८९२ मध्ये खवले किडीच्या नियंत्रणासाठी आणण्यात आला. नंतर १९९८ मध्ये भारतात कॉफीवरील खवले किडीच्या नियंत्रणासाठी आणला. सध्या भारत, न्यूझीलंड, इंडोनेशिया, हवाई, अमेरिका, इजिप्त, फिलिपिन्स, रशिया, चीन, कोरिया, पेरू, आफ्रिका, वेस्ट इंडीज इत्यादी देशांमध्ये आढळून येतो.

८ स्किम्नस नुबिलस ढालकिडा

नाव : **ढालकिडा (स्किमनस नुबीलस प्रजाती)**

इंग्रजी नाव : Lady beetle

शास्त्रीय नाव : *Scymnus nubilus* (Mulsant)

कुळ : Coccinliiidae, **गण :** Coleoptera

ओळख :

- प्रौढ ढालकिडा १.७५ ते २.२० मि.मी. लांब असून, डोके तपकिरी रंगाचे असते. समोरील पंख पिवळसर ते लालसर तपकिरी असतात. पाठीवर मध्यभागी काळा पट्टा असतो.

जीवनक्रम :

- एक मादी जवळपास ७०० अंडी देऊ शकते. अंड्यातून ४ ते ७ दिवसांत अळ्या बाहेर पडतात. अळीची पूर्ण वाढ ७ ते ८ दिवसांत होते. नंतर कोषामध्ये जातात. या कोषामधून ४ ते ६ दिवसांमध्ये प्रौढ बाहेर येतात. प्रौढ ४५ ते ५२ दिवस जगतात.

यजमान पिके :

- कापूस, कडधान्ये, तेलबिया, केळी, पपई, पेरू, कांदा, ज्वारी, लिंबूवर्गीय पिके, फळझाडे, भाजीपाला पिके इत्यादींवर आढळतात.

भक्ष्यकिडी :

- विविध पिकांवरील मावा, पिठ्या ढेकूण, फुलकिडे, मिजमाशी, तुडतुडे, पांढरी माशी, लाल कोळी इत्यादी भक्षण करतात.

आढळ :

- संपूर्ण भारतात हे मित्रकीटक आढळून येतात. त्याशिवाय भारताशेजारील नेपाळ, पाकिस्तान, भूतान, बांग्लादेश, श्रीलंका, म्यानमार इत्यादी देशांमध्येही आढळून येतात.

संवर्धन

- प्रौढ ढालकिडे भक्ष्यकिडीशिवाय फुलातील परागकणदेखील खातात, त्यामुळे शेतामध्ये तशी पिके किंवा झाडे लावावीत. उदा.- कपाशीभोवती मका, चवळी.

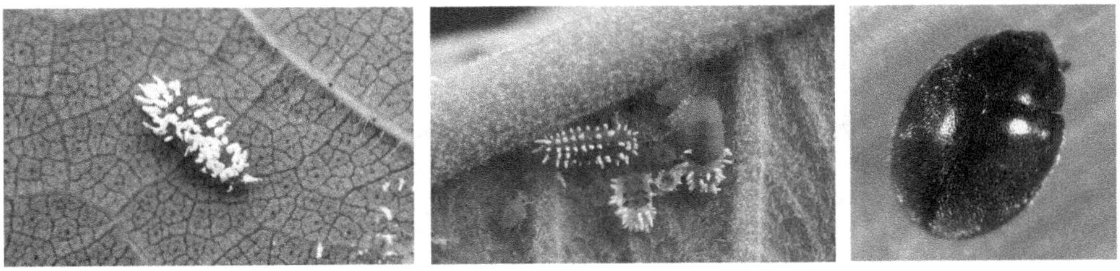

स्किम्नस नुबिलस अळी आणि प्रौढ

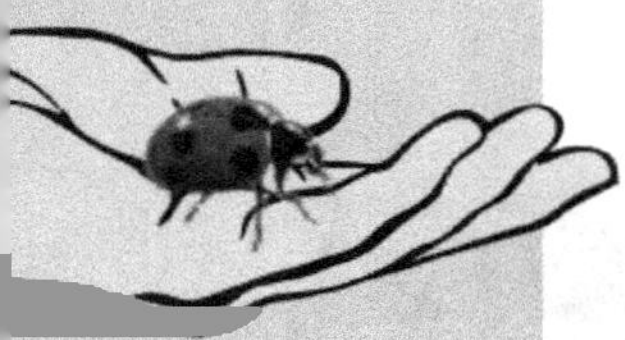

भुरीच्या बुरशीला खाणारा ढालकिडा बीटल

९

नाव : बुरशीवर उपजीविका करणारा ढालकिडा
(इलियस सिन्क्टा प्रजाती)

शास्त्रीय नाव : *Illeis cincta* (Fabricius)

इंग्रजी नाव : Fungus eating lady beetle

कुळ : Coccinliiidae, **गण :** Coleoptera

ओळख :

- प्रौढ ढालकिडा ४ ते ५ मि.मी. लांब असतो. डोके पिवळ्या रंगाचे असून, डोक्याच्या मागील बाजूस दोन काळे ठिपके असतात. अळी पिवळ्या रंगाची असते. पाठीवर काळ्या ठिपक्यांच्या चार ओळी असतात.

यजमान पिके :

- सूर्यफूल, चवळी, मिरची, ज्वारी, वांगी, भेंडी, भोपळा, कापूस, टरबूज, खरबूज आदी पिकांवर आढळतो.

भक्ष्यकिडी :

- भुरी रोग पसरवणाऱ्या बुरशीवर उपजीविका करतो.

आढळ :

- भारतामध्ये प्रामुख्याने दक्षिण भारतात तो आढळून येतो. ढालकिडा वर्षभर आढळून येतो. पावसाळ्यानंतर तो जास्त प्रमाणात दिसतो.

संवर्धन :

- प्रौढ ढालकिड्यांचे भक्ष्यकिडींव्यतिरिक्त फुलातील परागकण हेदेखील खाद्य आहे. रासायनिक कीडनाशकांचा वापर करताना तो बेसुमार होणार नाही, याची काळजी शेतकऱ्यांनी घेतल्यास अशा कीटकांचे संवर्धन होण्यास मदत होईल. त्याचप्रमाणे त्यांची ओळखही तितक्याच बारकाईने करून घेणे महत्त्वाचे आहे, तरच मित्रकीटक व शत्रू कीटक यांतील भेद जाणून घेणे शक्य होईल.

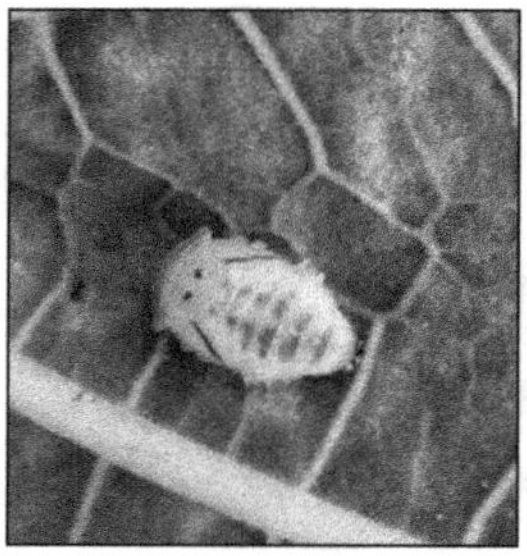

कोष

अळी

प्रौढ

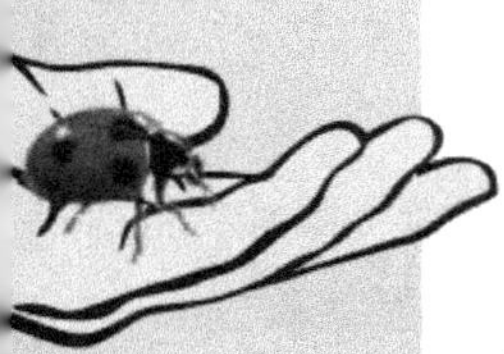

१० सिरॅन्जियम पार्सिसिटोसम

मराठी नाव : ढालकिडा (सिरॅन्जियम पार्सिसिटोसम)

इंग्रजी नाव : Lady beetle

शास्त्रीय नाव : *Serangium parcesetosum* Sicard

कुळ : Coccinliiidae, **गण :** Coleoptera

ओळख :

- प्रौढ ढालकिडा दोन मि.मी. लांब असून डोके व समोरील पंख चमकदार, लालसर तपकिरी किंवा पिवळसर तपकिरी असतात. अळी करड्या हिरवट रंगाची व मागच्या बाजूला निमुळती होत गेलेली असते.

जीवनक्रम :

- प्रौढ मादी सुमारे १५० ते २०० अंडी घालते. अंड्यातून चार दिवसांनी अळ्या निघतात. अळी अवस्था १५ ते १८ दिवसांची असते. कोषावस्था ३ ते ५ दिवसांची असते. प्रौढ एक महिन्यांपर्यंत जिवंत राहतात.

यजमान पिके :

- कापूस, एरंडी, नारळ, पेरू, बरू, लिंबूवर्गीय पिके आदी पिकांवर हा मित्रकीटक आढळतो.

भक्ष्यकिडी :

- विविध पिकांवरील पांढरी माशी, पिठ्या ढेकूण यांचे भक्षण करतो. एक प्रौढ ढालकिडा दररोज ३०० ते ४०० पांढऱ्या माशीची अंडी व पिल्ले खातो. एक अळी दररोज २५ ते ५० अंडी व पिल्ले खाते.

आढळ :

- भारत, अमेरिका, तुर्कस्तान इत्यादी ठिकाणी हा मित्रकीटक आढळतो.

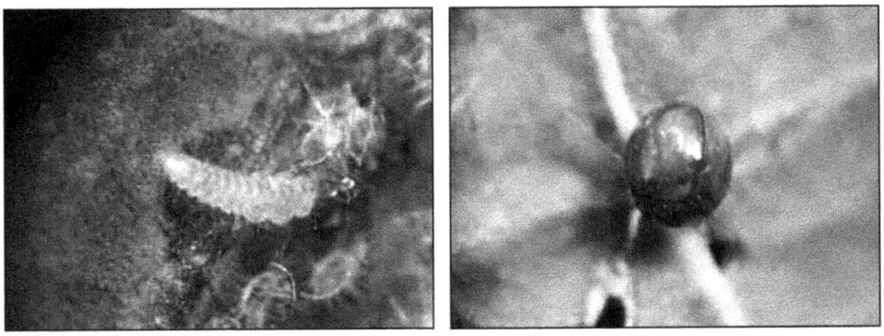

सिरॅन्जियम पार्सिसिटोसम अळी आणि प्रौढ

हार्मोनिया मॅक्युलाटा प्रजातीचा ढालकिडा

११

नाव : आठ ठिपक्यांचा ढालकिडा.

इंग्रजी नाव : Lady beetle

शास्त्रीय नाव : *Harmonia octomaculata* (Fabricius)

कुळ : Coccinellidae, **गण** : Coleopera

ओळख :

- प्रौढ ढालकिडा लंबगोलाकार असून, नारंगी, पिवळ्या किंवा लाल रंगाचा असतो. त्यावर काळ्या खुणा किंवा आठ ठिपके असतात. अळी ८ मि.मी. लांब असून, काळ्या रंगाची असते. शरीरावर मध्यभागी दोन आडव्या लाल किंवा पिवळ्या रेषा असतात. पाय काळ्या रंगाचे असतात. प्रौढ ६ ते ७ मि.मी. लांब असतात.

जीवनक्रम :

- प्रौढ मादी जवळपास १५० ते २०० अंडी देते. अंडी अवस्था ते प्रौढ अवस्थेचा कालावधी पूर्ण होण्यास १ ते २ आठवडे लागतात.

यजमान पिके :

- हा मित्रकीटक प्रामुख्याने भात पिकामध्ये आढळतो. याव्यतिरिक्त कापूस, चवळी, मका, ज्वारी, ऊस, टरबूज, कोबी, तूर इत्यादी पिकांवर आढळतो.

भक्ष्यकिडी :

- अळी व प्रौढ ढालकिडा विविध पिकांवरील मावा, भात पिकावरील तुडतुडे, पतंगवर्गीय किडीची अंडी, इत्यादींवर उपजीविका करतात. अळी ही प्रौढापेक्षा जास्त आक्रमक असून, जास्त किडींचे भक्षण करते.

आढळ :

- भारत, पाकिस्तान, नेपाळ, बांग्लादेश, श्रीलंका, ऑस्ट्रेलिया.

■

फ्रायनोकारिया ढालकिडा

१२

नाव : **ढालकिडा.**

इंग्रजी नाव : Lady beetle

शास्त्रीय नाव : *Phrynocaria perrotteti* (Mulsant)

कुळ : Coccinliiidae, **गण :** Coleoptera

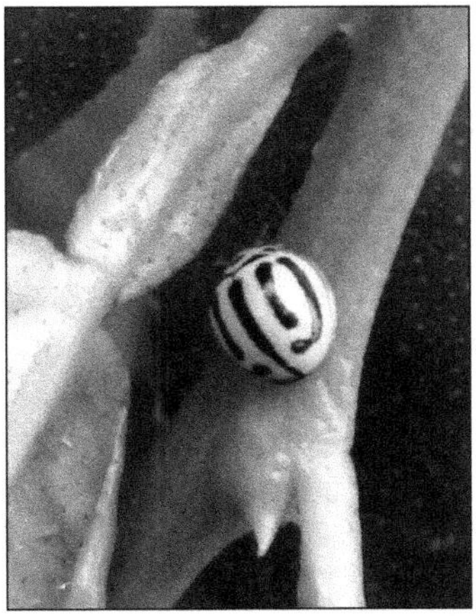

ओळख :

- प्रौढ ३.५० मि.मी. लांब व ३.२५ मि.मी. रुंद असतो. प्रौढ फिक्कट पिवळ्या किंवा लिंबू रंगाचा असून, पंखांवर उभ्या दोन काळ्या रेषा असतात. रेषेची टोके आतील बाजूस वळलेली असतात. अळी गर्द तपकिरी किंवा काळ्या रंगाची असते व त्यावर मळकट पांढरे ठिपके असतात.

जीवनक्रम :

- या मित्रकीटकाचा जीवनक्रम २५ दिवसांत पूर्ण होतो. प्रौढ मादी ८०० ते १००० अंडी घालते. अंड्यांमधून चार दिवसांत पिल्ले बाहेर पडतात. अळी अवस्था दोन आठवड्यांची असून, अळी झाडावरच कोषावस्थेत जाते. कोषामधून १ ते २ आठवड्यांनी प्रौढ बाहेर पडतात.

यजमान पिके :

- कोबी, वांगी, गहू, वाटाणा, टोमॅटो, सूर्यफूल, ऊस, लिंबूवर्गीय पिके.

भक्ष्यकिडी :

- अळी व प्रौढ ढालकिडा विविध पिकांवरील मावा, पिठ्या ढेकूण, खवले कीड, पांढरी माशी आदी किडींवर उपजीविका करतात.

आढळ :

- हा मित्रकीटक भारतामध्ये सर्वत्र, तर श्रीलंका व पाकिस्तान या देशांतदेखील आढळतो.

■

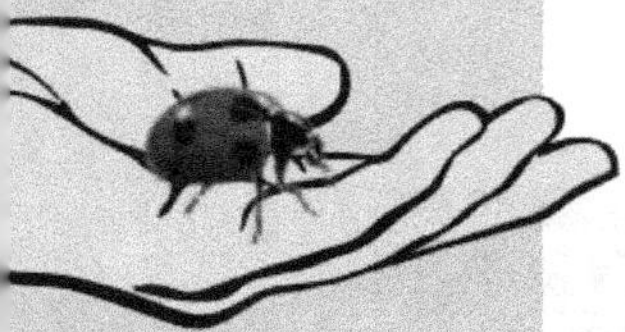

अत्यंत महत्त्वाचा मित्र- क्रायसोपर्ला कार्निय

१३

नाव : **क्रायसोपा**

इंग्रजी नाव : Green lacewing or Aphidlion

शास्त्रीय नाव : *Chrysoperla carnea* (Stephens)

कुळ : Chrysopidae, **गण :** Neuroptera

क्रायसोपा हा निसर्गामध्ये आढळून येणारा महत्त्वाचा परभक्षी कीटक आहे. भारतामध्ये क्रायसोपाच्या क्रायसोपर्ला कार्निया, मॅलडा डेसजारडीन्सी (मॅलडा बोनिनेन्सिस) आणि डायकोक्रायसा अॅस्टर (मॅडला अॅस्टर) या तीन प्रजाती प्रामुख्याने आढळून येतात.

ओळख :

- या कीटकाच्या अळीचे शरीर मध्यभागी फुगीर व दोन्ही टोकाकडे निमुळते असते व पायाच्या तीन जोड्या असतात. अळी करड्या किंवा तपकिरी रंगाची असते. अळीचे तोंड कोयत्याच्या आकाराचे दोन टोकदार अवयवांपासून बनलेले असते. तिच्या शरीराच्या दोन्ही बाजूंना केस असतात. या प्रजातीच्या अळीच्या डोक्यावर विशेष खुणा नसतात किंवा कमी प्रमाणात असतात. ही अळी तिने खाल्लेल्या किडीचे अवशेष स्वतःच्या पाठीवर जमा करत नाही. प्रौढ क्रायसोपा फिकट हिरव्या रंगाचा १२ ते २० मि.मी. लांब असतो. डोळे सोनेरी व लांब स्पर्शिका असते. पंख पारदर्शक असतात. अंडी हिरव्या रंगाची असून त्यांना लांब देठ असतो.

जीवनक्रम :

- एक मादी साधारणपणे २८ ते ५५ अंडी घालते. अंड्यातून ३ ते ४ दिवसांमध्ये अळी निघते. विविध किडींचे भक्षण करून ७ ते १० दिवसांत दोन वेळा कात टाकून अळीची पूर्ण वाढ होते. त्यानंतर ती झाडांवर कोषावस्थेत जाते. कोषावस्था ६ ते ८ दिवसांची असते. प्रौढ २५ ते ४० दिवस जिवंत राहतात. प्रौढ परागकण व माव्याच्या गोड चिकट द्रवावर जगतात.

पिके :

- कापूस, ज्वारी, मका, टोमॅटो, वांगी, भेंडी, कोबीवर्गीय पिके, डाळिंब, लिंबूवर्गीय पिके, ऊस, करडई, सूर्यफूल, मूग, उडीद आदी पिकांवर आढळतो.

भक्ष्यकिडी :

- मावा, फुलकिडे, पांढरी माशी, पिठ्या ढेकूण, लाल कोळी, तुडतुड्यांची अंडी, पतंगवर्गीय किडींची अंडी व लहान अळ्या. क्रायसोपाची अळी एका दिवसात १२ मावा किंवा पूर्ण जीवनात १२० मावा खाऊन फस्त करते.

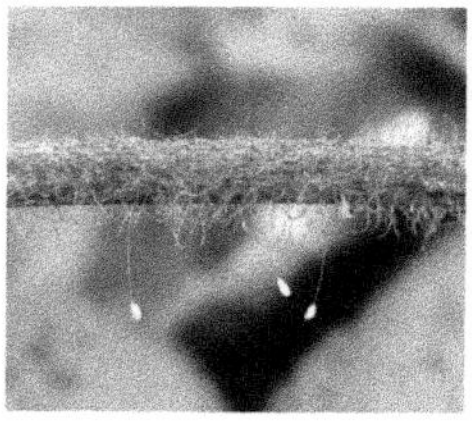

अंडी

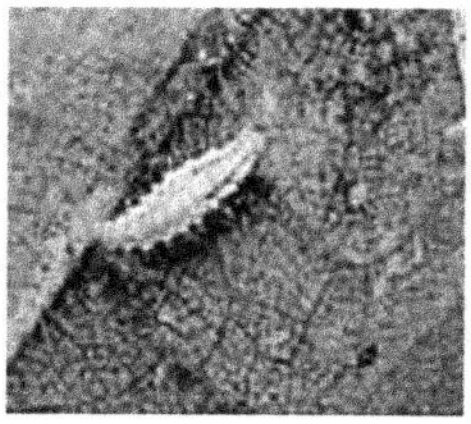

अळी

कोष

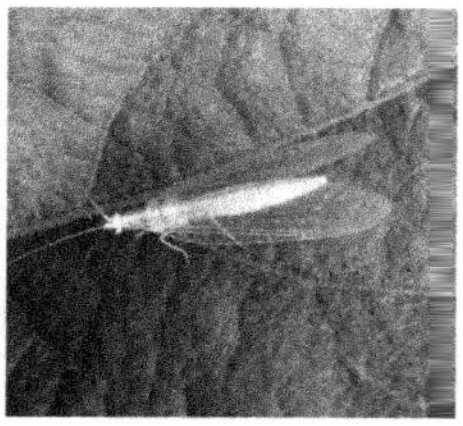

प्रौढ

आढळ :

- भारत, रोमानिया, मोरोक्को, रशिया, इजिप्त, इंग्लंड, इटली, अमेरिका आदी देश.

संवर्धन :

- क्रायसोपाचा प्रौढ परागकणावर उपजीविका करतो. त्यामुळे शेतामध्ये अशा पिकांचा किंवा झाडांचा समावेश करावा. रासायनिक कीटकनाशकांचा सुरूवातीच्या काळात वापर टाळावा आणि अतिरेकी वापर करून नये. शिफारस केलेलीच कीटकनाशके वापरावीत. एकात्मिक कीडनियंत्रण व्यवस्थापनाचा अवलंब करावा.

■

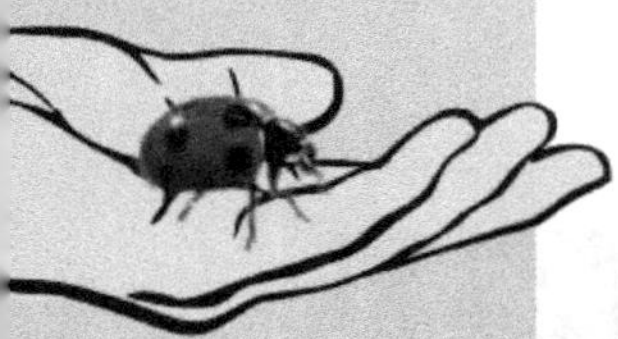

मॅलाडा क्रायसोपा

१४

नाव : **क्रायसोपा**

इंग्रजी नाव : Green Iacewing or Aphidlion

शास्त्रीय नाव : *Mallada desjardinsi* (Banks) [=*Mallada boninesis* (Banks)] and, *Dichochrysa astur* (Banks) [=*Mallada astur* (Banks)]

कुळ : Chrysopidae, **गण :** Neuroptera

ओळख :

- मॅलाडा क्रायसोपाची अळी खाल्लेल्या किडीचे अवशेष स्वतःच्या पाठीवर जमा करते. अळीच्या डोक्यावर विशेष खुणा असतात. अळीचे शरीर मध्यभागी फुगीर व दोन्ही टोकाकडे निमुळते असते. शरीराच्या दोन्ही बाजूने केस असतात. अळीचे तोंड कोयत्याच्या आकाराचे दोन अवयवांपासून बनलेले असते. प्रौढ पतंग नाजूक, पोपटी रंगाचा असून पंख पारदर्शक असतात. डायकोक्रायसा ॲस्टर प्रजातीच्या प्रौढाच्या डोक्याचा समोरचा भाग पांढरा असून, बाजूने गुलाबी खुणा असतात. तर, मॅलाडा प्रजातीच्या प्रौढाच्या डोक्याचा समोरील भाग हिरवा असून बाजूने काळ्या किंवा तपकिरी रंगाच्या खुणा असतात.

जीवनक्रम :

- मादी ११० ते १५० अंडी झाडावर घालते. अंडी चार ते पाच दिवसांत उबून त्यातून अळ्या बाहेर पडतात. अळ्यांची पूर्ण वाढ १२ ते १४ दिवसांत होते आणि त्या झाडावरच कोषावस्थेत जातात. कोषामधून १० ते १४ दिवसांत प्रौढ निघतात. प्रौढ २३ ते ६० दिवस जगतात.

पिके :

- कापूस, ऊस, ज्वारी, मका, मूग, उडीद, करडई, मोहरी, कोबीवर्गीय पिके, लिंबूवर्गीय पिके या पिकांवर या मित्रकीटकाचा आढळ असतो.

भक्ष्यकिडी :

- एक अळी जवळपास १००-२०० किडी फस्त करते. मावा, फुलकिडे, पांढरी माशी, पिठ्या ढेकूण, लहान अळ्या व अंडी खाते.

आढळ :

- भारत, चीन, तैवान, स्पेन आदी देशांत.

संवर्धन :

- क्रायसोपाचा प्रौढ परागकणावर उपजीविका करतो, त्यामुळे शेतामध्ये त्यास अनुकूल अशा वनस्पती लावाव्यात. रासायनिक कीटकनाशकांचा पीकवाढीच्या सुरुवातीच्या काळात वापर टाळावा, त्यांचा अतिरेकी वापर करू नये. शिफारस केलेलीच कीटकनाशके वापरावीत. एकात्मिक कीडव्यवस्थापनाचा अवलंब करावा.

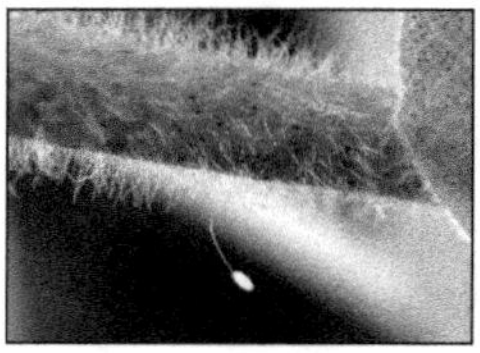
अंडी

अळी

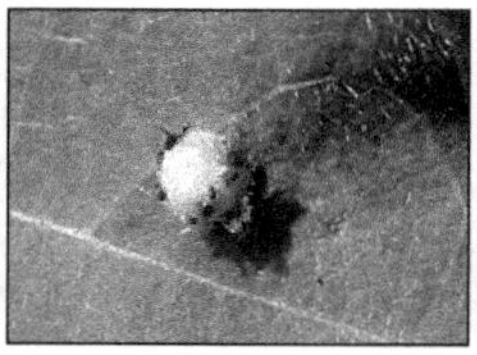
कोष

प्रौढ

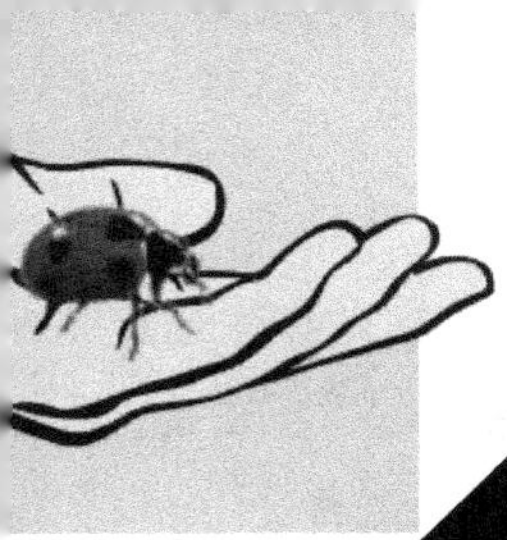

१५

मायक्रोमस

नाव : मगरअळी/ मायक्रोमस

इंग्रजी नाव : Brown lacewing

शास्त्रीय नाव : *Micromus timidus* Hagen

कुळ : Hemerobiidae, **गण :** Neuroptera

- मगरअळीचा प्रौढ तपकिरी रंगाचा असून डोळे गडद किंवा काळे असतात. पंख पारदर्शक असून पंखाच्या शिरा तपकिरी रंगाच्या असतात. अळीचा आकार मगरीसारखा दिसतो. अळीचे शरीर मध्यभागी फुगीर व टोकाकडे निमुळते असते. अळीच्या शरीराच्या दोन्ही बाजूने केस नसतात.

जीवनक्रम :

- मादी भक्ष्यकिडीच्या जवळपास अंडी घालते. एक मादी ५५० ते ८०० अंडी घालते. ३ ते ४ दिवसांत अंडी उबतात. त्यातून बाहेर निघालेली अळी भक्ष्यकिडीवर उपजीविका करते. अळी दोन वेळा कात टाकून ५ ते ८ दिवसांनंतर कोषावस्थेत जाते. कोषावस्था ८ ते १० दिवसांची असते. कोषातून निघालेले प्रौढ २७ ते ४५ दिवस जिवंत राहतात.

पिके :

- कापूस, दालवर्गीय पिके, लिंबूवर्गीय पिके, कोबीवर्गीय पिके, ऊस इत्यादी.

भक्ष्यकिडी :

- प्रौढ आणि अळी या दोन्ही अवस्था विविध किडींवर उपजीविका करतात. विविध पिकांवरील मावा, लोकरी मावा, लाल कोळी, खवले कीड, पतंगवर्गीय किडीची अंडी खातात. एक प्रौढ दररोज ६ ते ७ मावा आणि संपूर्ण जीवनात जवळपास २०० मावा खातो. एक अळी दररोज ४० ते ६५ मावा खाते. पूर्ण वाढ होण्यासाठी अळीला २५० ते ४५० मावा लागतात.

आढळ :

- भारत, श्रीलंका, थायलंड, मलेशिया, फिलिपिन्स, जपान, ऑस्ट्रेलिया, न्यूझीलंड, न्यू गयाना, दक्षिण व मध्य आफ्रिका इत्यादी देशांत.

संवर्धन :

- रासायनिक कीटकनाशकाचा सुरुवातीच्या काळात वापर टाळावा आणि अतिरेकी वापर करून नये. शिफारस केलेलीच कीटकनाशके वापरावीत. एकात्मिक कीड व्यवस्थापनाचा अवलंब करावा.

मगरअळी

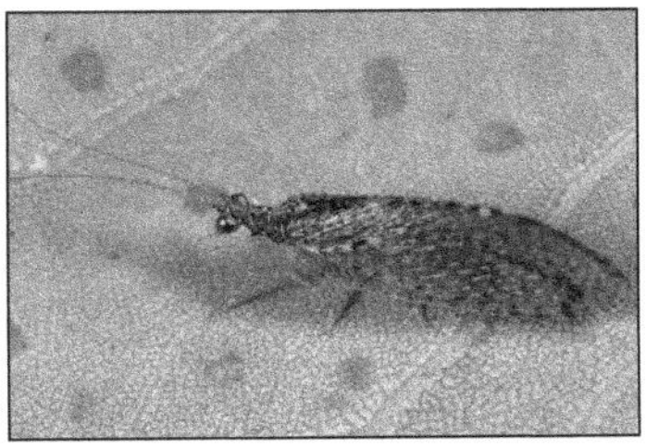

प्रौढ

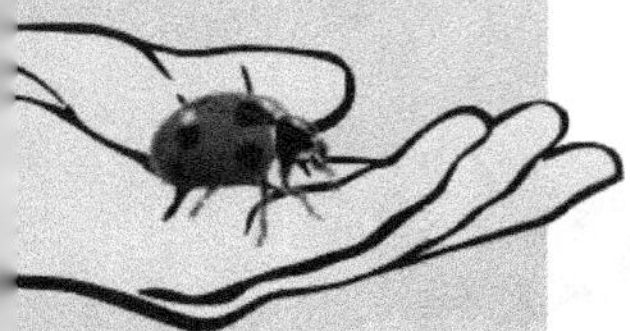

सिरफिड माशी

१६

नाव : सिरफिड माशी

इंग्रजी नाव : Syphid Fly/ Hover Fly/ Flower Fly

शास्त्रीय नाव : *Ischiodon scutellaris* (Fabricius)

कुळ : Syrphidae, **गण :** Diptera

ओळख :

- या मित्रकीटकाला 'फुलांवर घोंघावणाऱ्या माश्या' असे म्हणतात. या माश्या शक्यतो फुलांवर घोंघावताना किंवा फुलांमधील परागकण खाताना दिसतात. प्रौढ माशीचे डोळे मोठे असून, मादीमध्ये दोन्ही डोळे एकमेकांपासून विभागलेले असतात, तर नरामध्ये एकमेकांना चिकटलेले असतात. माशीच्या डोक्यावरील मिश्या आखूड व जाड असतात. प्रौढ माशीचे पंख पारदर्शक असून, शरीराच्या मागील भाग काळा किंवा तपकिरी असतो व त्यावर पिवळे पट्टे असतात. अंडी पांढरी किंवा पिवळसर रंगाची असतात. कोष अंडाकृती तपकिरी रंगाचे असतात.

जीवनक्रम :

- या मित्रकीटकाचा जीवनक्रम चार अवस्थांत पूर्ण होतो- अंडी, अळी, कोष व प्रौढ अवस्था. प्रौढ मादी माशी ज्या ठिकाणी माव्याचा प्रादुर्भाव आहे अशा ठिकाणी अंडी घालते. तीन दिवसांत अंड्यांतून अळी बाहेर पडते. अळी २ ते ३ आठवड्यांनंतर कोषात जाते. कोषावस्था ही झाडावर किंवा मातीमध्ये असते.
- कोषातून १ ते २ आठवड्यांत प्रौढ माशी बाहेर पडते. अशा प्रकारे एका वर्षामध्ये ३ ते ७ पिढ्या पूर्ण होतात.

पिके :

- माव्याचा प्रादुर्भाव होत असलेल्या सर्व पिकांवर हा मित्रकीटक आढळून येतो. उदाहरणार्थ- कापूस, मूग, उडीद, ज्वारी, गहू, ऊस, पानकोबी, फुलकोबी, भेंडी, वांगी, केळी, मोहरी, लिंबूवर्गीय पिके, शेवंती, वाटाणा इत्यादी पिके.

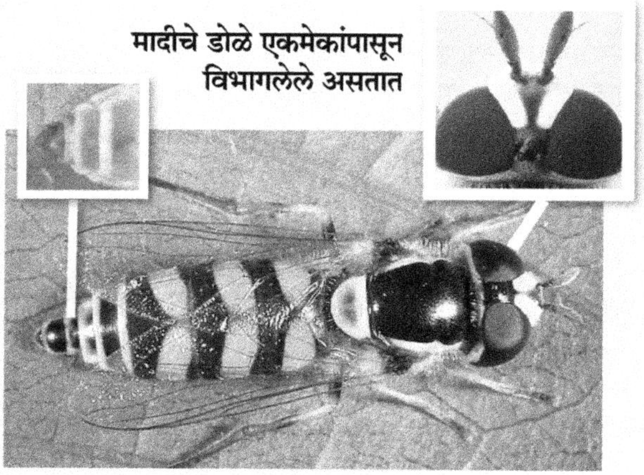

सिरफिड माशी : प्रौढ मादी

सिरफिड माशी प्रौढ नर

नराचे डोळे एकमेकांना चिकटलेले असतात

भक्ष्यकिडी :

- सिरफिड माशीची अळी अवस्था मावा, लहान अळ्या, फुलकिडे व इतर लहान किडींवर उपजीविका करते. या अळीला डोळे नसतात. ती भक्ष्य शोधण्यासाठी डोके आपटत चालते. भक्ष्य सापडल्यावर त्याला पकडून रस शोषण करते. उसावरील लोकरी माव्याच्या व्यवस्थापनासाठी सिरफिड माशीच्या २५०० अळ्या प्रति हेक्टरी सोडाव्यात.

आढळ :

- ही कीड भारतामध्ये सर्वत्र आढळते. तसेच श्रीलंका, पाकिस्तान, अफगाणिस्तान या देशांमध्येही आढळते.

संवर्धन :

- या माशीचे प्रौढ पिकांमधील परागीकरणामध्ये महत्त्वाची भूमिका पार पाडतात.
- बहुआयामी कीटकनाशकांची फवारणी शक्यतो टाळावी.
- शिफारस केलेलीच कीटकनाशके वापरावीत.
- प्रौढ माश्या परागकणांवर उपजीविका करतात. त्यासाठी पिकाभोवती फुलांची लागवड करावी.
- एकात्मिक कीड व्यवस्थापनाचा अवलंब करावा.

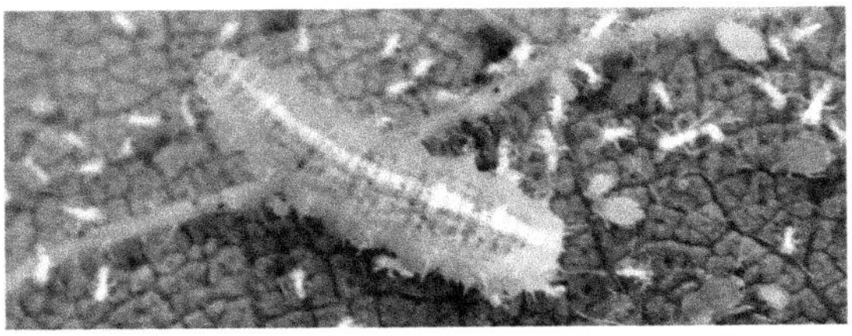

अळी ६-१९ मि.मी. लांब, हिरवट किंवा फिक्कट पिवळ्या रंगाची असून, तोंडावरील बाजू निमुळती असते.

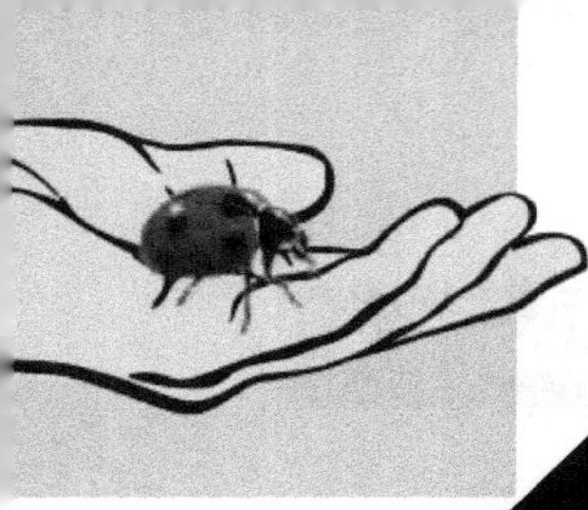

रॉबर माशी

१७

नाव : रॉबर माशी

इंग्रजी नाव : Robber fly / Assassin fly

कूळ : Asilidae, **गण :** Diptera

उंटअळीच्या पतंगाला खाताना

- रॉबर माशी या मित्रकीटकाच्या जगभरात सात हजारांपेक्षा जास्त प्रजाती आढळतात. या माशा स्वच्छ सूर्यप्रकाशात दिवसा आढळतात. ही माशी स्वतःच्या शरीरापेक्षा मोठ्या किडींना पकडू शकते.

ओळख :

- प्रौढ माशी मध्यम ते मोठ्या आकाराची १ ते ८ सें.मी. लांब असून, अन्य माश्यांपेक्षा मोठी असते. बऱ्याच प्रजाती करड्या ते काळ्या रंगाच्या, शरीरावर केस असलेल्या, शरीराचा मागील भाग लांब, निमुळता व पट्टे असलेल्या असतात. डोके मोठे व गोल असते. प्रौढ माशीच्या पायाची रचना हवेत उडणाऱ्या किडींना पकडण्यासाठी विशेष प्रकारची असते. अळी पाय नसलेली, लांब, दोन्ही टोकांकडे निमुळती असते व रंगाने पांढरी किंवा पिवळी असते.

जीवनक्रम :

- रॉबर माशीचा जीवनक्रम अंडी, अळी, कोष व प्रौढ या चार अवस्थांत पूर्ण होतो. प्रौढ मादी माशी माती, झाडाची साल, गवतामध्ये पुंजक्यामध्ये अंडी घालते. अंड्यातून निघाल्यानंतर अळीच्या चार अवस्था असतात. ती जमिनीमध्ये किंवा कुजत असलेल्या पालापाचोळ्यामध्ये राहते. कोषावस्था मातीमध्ये असते. कोष जमिनीवर येऊन त्यातून प्रौढ बाहेर पडतात. एक जीवनक्रम पूर्ण होण्यास १ ते ३ वर्षांचा कालावधी लागतो.

पिके :

- जवळपास सर्व पिकांमध्ये हा मित्रकीटक आढळतो.

भक्ष्यकिडी :

- अळी इतर किडींच्या अंड्यावर, लहान अळ्यांवर किंवा मृदू शरीराच्या किडींवर, पैसा, गोम आदींवर जगते. प्रौढ माशी बहुतांश सर्वच उडणाऱ्या कीटकांना आपले भक्ष्य बनवते. माशी भक्ष्याच्या शरीरामध्ये विष सोडून त्याला बेशुद्ध करते व त्यानंतर रस शोषण करते. भुंगेरे, माशी, गांधीलमाशी, नाकतोडे, ढेकूण, पतंग, तुडतुडे आदी अनेक किडींवर उपजीविका करते.

आढळ :

- जवळपास सर्व देशांमध्ये आढळ असतो.

माव्याला खाणारी मिजमाशी

१८

नाव : माव्याला खाणारी मिजमाशी

इंग्रजी नाव : Aphid midge

शास्त्रीय नाव : *Aphidoletes aphidimyza* (Rondani)

कूळ : Cecidomyiidae, **गण :** Diptera

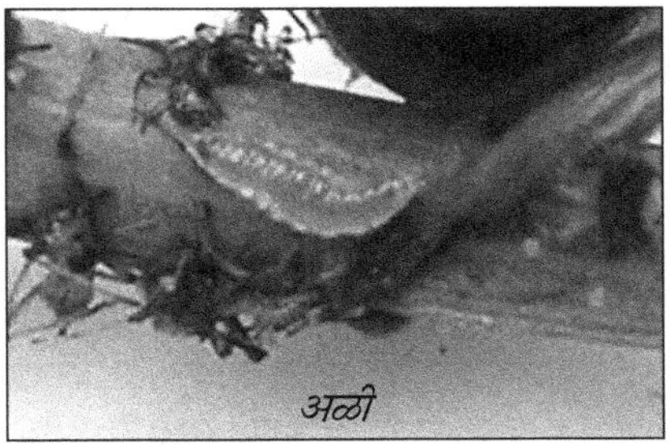

अळी

प्रौढ

ओळख :

- प्रौढ माशी लहान असून, २ ते ३ मि.मी. लांब, काळी असते. ती दिसायला डासासारखी असून, डोक्यावरील मिश्या व पाय लांब असतात. अंडी अतिशय लहान असून ०.१ ते ०.३ मि.मी. लांब, शेंदरी रंगाची असतात. अळी ही शेंदरी रंगाची व २ ते ३ मि.मी. लांब असते. जसे अन्न असेल त्यावरून अळी शेंदरी ते लाल रंगाची दिसते. डोक्याकडील भाग निमुळता असतो. अळीचे जबडे मजबूत असून, भक्षणासाठी उपयुक्त असतात.

जीवनक्रम :

- प्रौढ माशी एकएकटी किंवा समूहाने ७० ते १०० पर्यंत जेथे माव्याच्या प्रादुर्भाव आहे अशा ठिकाणी अंडी घालते. अंड्यातून २ ते ४ दिवसांनी अळी बाहेर पडते व माव्याच्या मृदू शरीरातून रस शोषण करते. अळी आठवड्याने जमिनीत कोषावस्थेत जाते. कोषावस्था तीन आठवड्यांची असते. एक पिढी पूर्ण होण्यास ३ ते ६ आठवडे लागतात, तर वर्षामध्ये ३ ते ६ पिढ्या पूर्ण होतात. प्रौढ माशी १ ते २ आठवडे जिवंत राहते. प्रौढ माशी निशाचर असून, माव्याने स्त्रवलेल्या चिकट द्रवावर उपजीविका करते. या माशीस २० ते २६ अंश सें. तापमान व जास्त आर्द्रता पोषक असते.

पिके :

- कापूस, ज्वारी, कोबीवर्गीय पिके, भाजीपाला पिके, फळझाडे आदी पिकांवर आढळते.

भक्ष्यकिडी :

- मिजमाशीची अळी जवळपास ६० प्रकारच्या माव्यांच्या प्रजातींवर उपजीविका करते.
- सर्वप्रथम माव्याच्या पायामध्ये विष सोडून त्याला अधू किंवा निश्चल बनवते आणि त्याच्या शरीरातून रस शोषण करते. एका अळीला पूर्ण वाढीसाठी ७ ते ६५ माव्यांची गरज असते. अळी जेवढे मावा खाते, त्यापेक्षा जास्त मावा अळीच्या विषामुळे मारले जातात.

आढळ :

- जवळपास सर्व देशांमध्ये आढळ असतो.

संवर्धन :

- प्रौढ माश्या झाडाच्या पानांवरील चिकट गोड पदार्थावर उपजीविका करतात. अळी अवस्थेसाठी जमिनीमध्ये ओलावा असणे आवश्यक आहे. प्रौढ माश्यांचे जास्त तापमान व मोठ्या वादळापासून संरक्षण करावे. ■

पेंटॅटोमीड भक्षक ढेकूण

१९

नाव : पेंटॅटोमीड भक्षक ढेकूण

इंग्रजी नाव : Predatory sting bug

शास्त्रीय नाव : *Eocanthecona furcellata* (Wolff)
(= *Canthecona furcellata, Cantheconidea* furcellata)

कुळ : Pentatomidae, **गण :** Hemiptera

ओळख :

- पिल्ले काळ्या रंगाची असून, शरीराच्या वरच्या बाजूस लाल खुणा असतात. तोंड टोकदार सुईसारखे व लालसर रंगाचे असते. प्रौढ काळे किंवा गडद तपकिरी रंगाचे असून, समोरचे पंख, डोक्याच्या मागे पांढरे व करड्या रंगाचे ठिपके असतात. प्रौढ नर १० ते १२ मि.मी. व मादी १४ ते १६ मि.मी. असतात. अंडी चमकदार असून, झाडावर पुंजक्यामध्ये असतात.

प्रौढ ढेकूण अळीला खाताना.

जीवनक्रम :

- या भक्षक ढेकणाच्या अंडी, पिल्ले (बाल्यावस्था) व प्रौढ अशा तीन अवस्था असतात. प्रौढ मादी पानाच्या मागच्या बाजूस पुंजक्यामध्ये अंडी घालते. एक मादी जवळपास ७० अंडी घालते. अंड्यातून पिले ५ ते ६ दिवसांत बाहेर पडतात. पिले पाच अवस्थांतून १८ ते २१ दिवसांत प्रौढ बनतात. प्रौढ नर ३६ दिवस, तर मादी ४२ दिवसांपर्यंत जगते.

पिके :

- कापूस, सोयाबीन, तूर, भाजीपाला पिके, भुईमूग, सूर्यफूल, कोबी आदी पिकांवर हा कीटक आढळतो.

भक्ष्यकिडी :

- कोबीवरील चौकोनी ठिपक्यांचा पतंग, घाटे अळी वा अमेरिकन बोंड अळी, ठिपक्याची बोंड अळी, तंबाखूवरील पाने खाणारी अळी, उंटअळ्या, पाने गुंडाळणारी अळी तसेच विविध प्रकारचे भुंगे व अळ्या, मेक्सिकन भुंग्याची अळी (झायगोग्रामा) यावर जगतो. या भक्षक ढेकणाची प्रौढ व पिले विविध प्रकारच्या अळ्या, भुंगे आदींच्या शरीरामध्ये सुईसारखे टोकदार तोंड खुपसून त्यांच्या शरीरातील द्रव शोषण करतात. एक ढेकूण साधारणपणे ४ ते ५ अळ्या दररोज खातो. या ढेकणाच्या पिलाची दुसरी, तिसरी, चौथी आणि पाचवी अवस्था अनुक्रमे ११.५, १३.०, १८. आणि ५८ या प्रमाणात अळ्या खातात. कापूस, हरभरा, कोबी व टोमॅटो या पिकांवर घाटे अळीचे (हेलिकोव्हर्पा आर्मिजेरा) संगोपन करून अशा अळ्या या भक्षक ढेकणास खाऊ घातल्यास या ढेकणाने कपाशीवरील अळ्या अधिक भक्षण केल्याचे प्रयोगात आढळले आहे.

आढळ :

- दक्षिण पूर्व आशिया, जपान, भारत, तैवान आदी.

२०

मोठ्या डोळ्यांचा ढेकूण

नाव : **मोठ्या डोळ्यांचा ढेकूण**

इंग्रजी नाव : Big eyed bug

शास्त्रीय नाव : *Geocoris* sp.

कुळ : Lygaidae, **गण :** Hemipptera)

प्रौढ ढेकूण भुंगेऱ्याला खाताना

ओळख :

- प्रौढ ढेकूण लहान, मजबूत, अंडाकृती व थोडे चपटे असतात. त्यांचा रंग पिवळसर किंवा तपकिरी असतो. त्यांचे डोळे मोठे असतात. समोरील पंखांची खालची बाजू जाड व टणक असते, तर टोकाकडे पातळ असतात. पिले प्रौढांसारखी दिसतात, पण त्यांना पंख नसतात.

जीवनक्रम :

- या कीटकाच्या जीवनक्रमात अंडी, पिल्ले (बाल्यावस्था) व प्रौढ अशा तीन अवस्था असतात. प्रौढ मादी पानांवर अंडी घालते. अंड्यातून निघालेली पिल्ले चार वेळा कात टाकून प्रौढ होतात. वर्षभरात अनेक पिढ्या तयार होतात. हा कीटक विविध किडींवर भक्षण करणारा असून, झाडावर किंवा जमिनीवर पळताना आढळून येतो.
- भक्ष्यकिडी नसताना हा ढेकूण झाडातील रस शोषतो.

पिके :

- जवळपास सर्व पिकांमध्ये व देशामध्ये आढळून येतो.

भक्ष्यकिडी :

- हा भक्षक ढेकूण मावा, फुलकिडी, लाल कोळी, खवले कीड, पिठ्या ढेकूण, पांढरी माशी, टिन्जीड ढेकूण, तसेच त्यांच्या अंडी आणि अन्य लहान किडींवर उपजीविका करतो. याची प्रौढ व पिले किडीच्या शरीरामध्ये सुईसारखे तोंड खुपसून रस शोषण करतात.

■

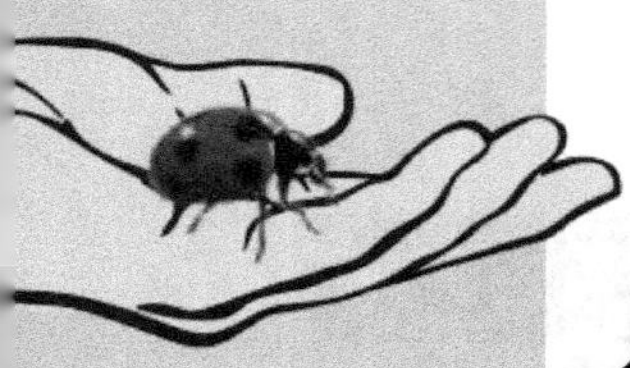

जमिनीवरील भुंगेरा

२१

नाव : जमिनीवरील भुंगेरा

इंग्रजी नाव : Ground beetle

कुळ : Carabidae, **गण :** Coleoptera

ओळख :

- जमिनीवरील भुंगेऱ्याच्या जगभरात जवळपास ४०,००० प्रकारच्या प्रजाती आढळतात. प्रौढ अर्धा इंच लांब असतात व शेतामध्ये जमिनीवर फिरतात. प्रौढ भुंग्याच्या पंखावर उभ्या रेषा असतात व रंगाने काळा चमकदार असतो. याचे पाय लांब, सडपातळ असतात. प्रौढ भुंग्यांना उडता येत नाही. हाताने पकडल्यास हा मित्रकीटक विचित्र वास सोडतो. अळी लांबट, काळ्या रंगाची असते व तिला पायाच्या तीन जोड्या असतात.

जीवनक्रम :

- हा कीटक अंडी, अळी, कोष व प्रौढ अशा चार अवस्थांमधून जीवनक्रम पूर्ण करतो. प्रौढ मादी जमिनीमध्ये मातीत अंडी घालते. प्रौढ अंड्याचे संरक्षण इतर शत्रुकिडीपासून करतात. अळी जमिनीमध्ये राहून तीन अवस्थांमधून कोषात जाते. प्रौढ १ ते ४ वर्षांपर्यंत जिवंत राहतात. हा कीटक आपला जीवनक्रम जमिनीवरच पूर्ण करतो. प्रौढ निशाचर असतात. प्रौढ व अळी दोन्ही जमिनीवर दगडाखाली, भेगांमध्ये लपून राहतात. या भुंग्यांच्या काही प्रजाती तणांच्या बियादेखील खातात. त्यामुळे हा कीटक कीड व तण व्यवस्थापनामध्ये महत्त्वाची भूमिका बजावतो.

पिके :

- सर्व प्रकारच्या पिकांमध्ये जमिनीवर आढळतात.

भक्ष्यकिडी :

- या कीटकाच्या प्रौढ व अळी अवस्था अनेक प्रकारच्या किडींवर उपजीविका करतात. रोज आपल्या वजनाइतके भक्षण करतात. मावा, पंतगवर्गीय अळ्या, इतर भुंगेवर्गीय किडीच्या अळ्या, कोळी, गोगलगायी इत्यादींना खातात.

आढळ :

- हा मित्रकीटक विविध परिस्थितीत जवळपास सर्व ठिकाणी आढळतो.

संवर्धन :

- या कीटकाच्या संवर्धनासाठी शक्य तेवढ्या कमीत कमी आंतरमशागती कराव्यात. त्यामुळे अंडी, अळी, प्रौढाचे रक्षण होते. जमिनीतून दाणेदार किंवा इतर कीटकनाशकांचा वापर टाळावा.

जमिनीवरील भुंगेराची अळी ऊंटअळीला खाताना

जमिनीवरील भुंगेरा : प्रौढ

ढालकिडा (लेडी बर्ड बीटल)

अंडी

अळी

कोष

प्रौढ

ढालकिडा (मेनोचिलस सेक्समॅक्युलॅटस प्रजाती)

विविध रंगांच्या मेनोचिलस सेक्समॅक्युलॅटस प्रजातीचे प्रौढ

सात ठिपक्यांचा ढालकिडा (कॉक्सिनेल्ला सेप्टमपंक्टा प्रजाती)

ढालकिडा (कॉक्सिनेल्ला ट्रान्सवर्ह्‌सॅलीस प्रजाती)

अडोनीस ढालकिडा (एडोनीया किंवा हिप्पोडॅमिया व्हॅरीगॅटा प्रजाती)

ढालकिडा (ब्रुमस सुटुलॅरीस प्रजाती)

ऑस्ट्रेलियन ढालकिडा (क्रिप्टोलेमस मॉन्ट्रॉझेरी प्रजाती)

अळी

प्रौढ

ढालकिडा (स्किमनस नुबीलस प्रजाती)

स्किम्नस नुबिलस अळी, कोष आणि प्रौढ

बुरशीवर उपजीविका करणारा ढालकिडा (इलियस सिन्क्टा प्रजाती)

अळी

कोष

प्रौढ

ढालकिडा (सिरॅन्जियम पार्सिसिटोसम)

अळी

प्रौढ

आठ ठिपक्यांचा ढालकिडा (हार्मोनिया मॅक्युलाटा)

प्रौढ

ढालकिडा (फ्रायनोकारिया)

मगरअळी/ मायक्रोमस

अळी

प्रौढ

क्रायसोपर्ला कार्निया

अंडी

अळी

कोष

प्रौढ

मॅलाडा क्रायसोपा

अंडी

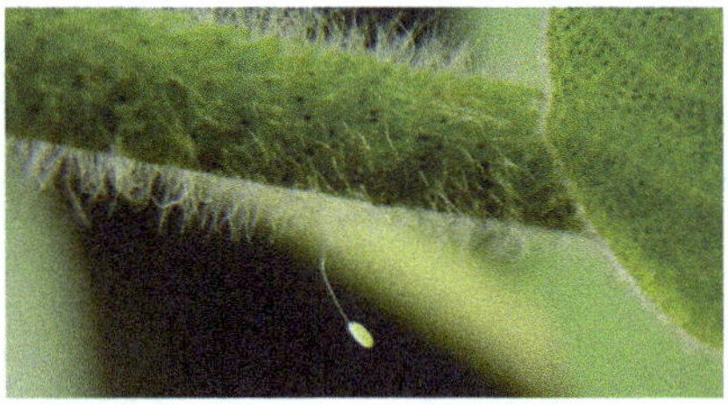

अळी

कोष

प्रौढ

सिरफिड माशी

मादीचे डोळे एकमेकांपासून
विभागलेले असतात

सिरफिड माशी : प्रौढ मादी

सिरफिड माशी प्रौढ नर

नराचे डोळे एकमेकांना
चिकटलेले असतात

रॉबर माशी

माव्याला खाणारी मिजमाशी

प्रौढ

अळी

पेंटॅटोमीड भक्षक ढेकूण

मोठ्या डोळ्यांचा ढेकूण

जमिनीवरील भुंगेरा

अळी

प्रौढ

वाघासारखा भुंगेरा

अळी

प्रौढ

पायरेट ढेकूण किंवा फुलातील ढेकूण

अळी

प्रौढ

रेडुव्हिड ढेकूण

घाटेअळीला खाताना

बाल्यावस्था

प्रौढ ढेकूण

डॅमसेल बग

चतुर

प्रार्थना कीटक

अंडीपुंज

बाल्यावस्था

प्रौढ ढेकूण

डॅमसेल माशी

उसावरील लोकरी मावा खाणारी अळी

पतंग

कोनोब्राथा अळी लोकरी माव्याला खाताना

२२ वाघासारखा भुंगेरा

नाव : वाघासारखा भुंगेरा

इंग्रजी नाव : Tiger beetle

कुळ : Carabidae, **गण :** Coleoptera

ओळख :

- प्रौढ भुंगे काळ्या रंगाचे अर्धा इंच लांब असून, पाठीवर पिवळे पट्टे असतात म्हणून या किडींना वाघासारखा भुंगेरा/ भुंगा म्हणतात. प्रौढ भुंग्यांचे डोळे मोठे असून, शरीर लांबट असते. जबडे कोयत्याच्या आकारासारखे असतात. डोक्यावरील मिश्या व पाय लांब असतात. डोक्याच्या मागील शरीराचा भाग लहान असून, शरीराचा मागचा भाग मोठा असतो. सर्वसाधारणपणे आढळणाऱ्या प्रजाती राखाडी किंवा काळ्या रंगाच्या असतात व पंखांवर पांढरे ठिपके असतात. काही प्रजाती चमकदार निळ्या किंवा हिरव्या रंगाच्या असतात. प्रौढ अतिशय चपळ असतात. अळी लांबट असते, तिचे डोके सपाट असून, जबडे मजबूत असते.

जीवनक्रम :

- प्रौढ व अळ्या जमिनीमध्ये बीळ करून राहतात. प्रौढ मादी बिळामध्ये अंडी घालते. अळी बिळामध्ये राहून तीन अवस्थांमधून प्रौढ अवस्थेत जाते. काही प्रजाती उजेडाकडे आकर्षित होतात व पकडल्यानंतर विचित्र असा दुर्गंध सोडतात.

पिके :

- विविध प्रकारच्या पिकांमध्ये जमिनीवर आढळतात.

भक्ष्यकिडी :

- प्रौढ व अळी या दोन्ही अवस्था भक्षक असतात व विविध प्रकारच्या किडींचे भक्षण करतात. बहुतेक प्रौढ स्वच्छ सूर्यप्रकाशात दिवसा आढळतात, तर काही निशाचर असतात. अळी बिळात राहून जवळून जाणाऱ्या किडींचे भक्षण करते.

आढळ :

- जवळपास सर्व देशांमध्ये आढळतात.

संवर्धन :

- या कीटकाच्या संवर्धनासाठी शक्य तेवढी कमीत कमी आंतर मशागती कराव्यात, त्यामुळे अंडी, अळी, प्रौढाचे रक्षण होते. जमिनीतून दाणेदार किंवा इतर कीटकनाशकांचा वापर टाळावा.

अळी

प्रौढ

■

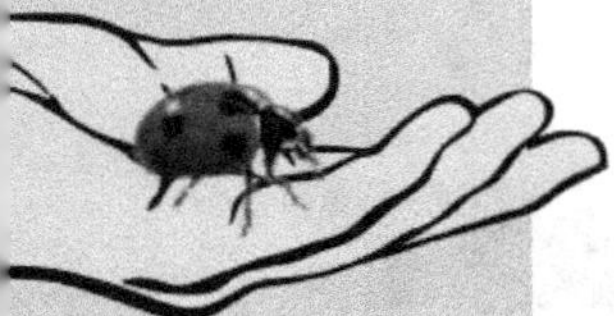

पायरेट ढेकूण किंवा फुलातील ढेकूण

२३

नाव : पायरेट ढेकूण किंवा फुलातील ढेकूण

इंग्रजी नाव : Pirate bug/Flower bug

शास्त्रीय नाव : *Orius* sp.

कुळ : Anthocoridae, **गण :** Hemiptera

ओळख :

- प्रौढ ढेकूण विशेषकरून फुलांमध्ये, तर पिल्ले पानांवर आढळतात. प्रौढ लहान २ ते ३ मि.मी. लांब असून, गर्द तपकिरी किंवा पिवळसर तपकिरी किंवा काळ्या रंगाचे व त्रिकोणी आकाराचे असतात. पिल्ले पंखविरहित असतात. पिल्लांचा रंग सुरुवातीला पिवळा व नंतर नारंगी किंवा तपकिरी होतो. प्रौढ व पिल्लांना टोकदार सोंड असते.

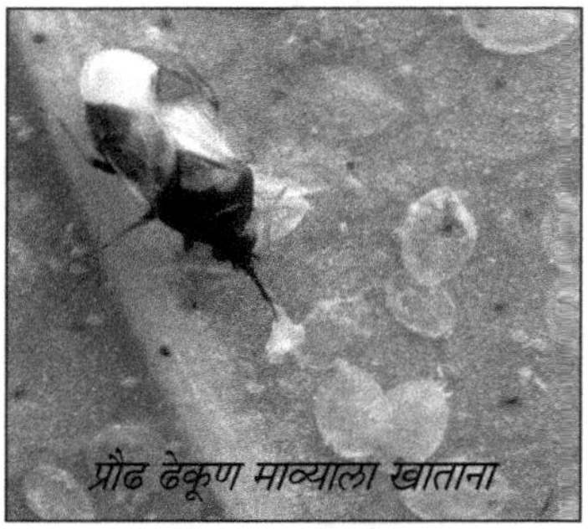

प्रौढ ढेकूण माव्याला खाताना

बाल्यावस्था

जीवनक्रम :

- या कीटकाचा जीवनक्रम अंडी, पिल्ले व प्रौढ अशा तीन अवस्थांमधून पूर्ण होतो. प्रौढ मादी झाडांच्या पेशीमध्ये अंडी घालते. एक मादी दिवसाला २ ते ४ अंडी, अशा प्रकारे एकूण ८० ते १०० अंडी घालते. अंड्यांतून ४ ते ५ दिवसांत पिल्ले बाहेर पडतात. पिल्लांची ७ ते १० दिवसांत वाढ होऊन प्रौढ होतात. प्रौढ ३ ते ४ आठवडे जिवंत राहतात. अंडी ते प्रौढ अवस्थेचा कालावधी जवळपास २० दिवसांचा असतो. वर्षामध्ये अनेक पिढ्या पूर्ण होतात. प्रौढ झाडांच्या साली किंवा पालापाचोळ्यात सुप्त अवस्थेत जातात. २० ते ३० अंश सेल्सिअस तापमान व ५० टक्क्यांपेक्षा जास्त आर्द्रता या ढेकणाच्या वाढीस पोषक आहे.

पिके :

- कापूस, मका, ज्वारी, वांगी, भेंडी, भोपळावर्गीय पिके, काकडी, टरबूज, फळझाडे इत्यादी.

भक्ष्यकिडी :

- पायरेट ढेकणाची पिल्ले व प्रौढ आपल्या टोकदार सोंडेने इतर किडींच्या शरीरामधील रस शोषण करतात. फुलकिडे, मावा, तुडतुडे, पांढरी माशी, कोळी, किडींची अंडी, लहान अळ्या इत्यादी किडींवर उपजीविका करतात. हा मित्रकीटक एका दिवसामध्ये ३० कोळी भक्षण करतो.

आढळ :

- हा कीटक जगभरात आढळतो. भारतात कर्नाटक, महाराष्ट्र, तमिळनाडूमध्ये विशेषतः आढळतो.

संवर्धन :

- प्रौढ फुलातील परागकणावरदेखील उपजीविका करतो. त्यामुळे शेतामध्ये तशी पिके किंवा झाडे लावावीत. रासायनिक कीटकनाशकांचा सुरुवातीला वापर टाळावा किंवा अतिरेकी वापर करू नये. शिफारस केलेलीच कीटकनाशके वापरावीत. एकात्मिक कीड व्यवस्थापनाचा अवलंब करावा.

■

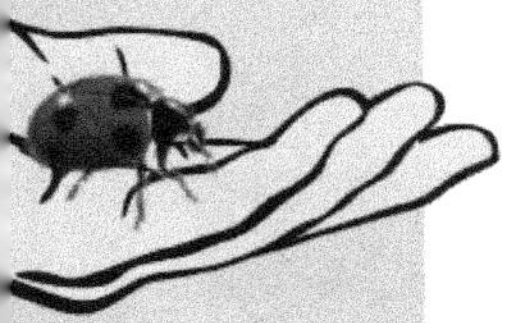

रेडुव्हिड ढेकूण

नाव : रेडुव्हिड ढेकूण

२४

इंग्रजी नाव : Assassin bug / Reduviid bug

शास्त्रीय नाव : *Rhiginia* sp.

कुळ : Reduviidae, **गण :** Hemiptera

प्रौढ ढेकूण घाटेअळीला खाताना

ओळख :

- हा मित्रकीटक १२ ते १९ मि.मी. लांबीचा असतो. डोळे लांबट, मान अरुंद व पायही लांब असतात. तोंड टोकदार सुईसारखे असते. रंगाने लाल असून समोरील पंखांच्या टोकाखालील भाग व पाय काळे असतात. पिल्ले पंखविरहित असतात.

जीवनक्रम :

- हा कीटक अंडी, पिल्ले, प्रौढ या तीन अवस्थांतून बाहेर पडतो. मादी पानांवर पुंजक्यात अंडी घालते. अंड्यातून पिले बाहेर पडतात. अन्य किडींचे भक्षण करून त्यांचे प्रौढांत रूपांतर होते.

पिके :

- बहुतांश सर्व पिकांत आढळतात.

भक्ष्यकिडी :

- या कीटकाच्या प्रौढ व बाल्यावस्था लहान किडी, पैसा, गोम आदींवर उपजीविका करतात. रेडुव्हीड ढेकूण आपली लांब सोंड भक्ष्याच्या शरीरात खुपसतो. त्याद्वारे विषारी लाळ शरीरामध्ये सोडतो. त्यामुळे भक्ष्याच्या शरीराचा आतील भाग पातळ होऊन तो शोषण करणे व पचवणे सोपे जाते.

आढळ :

- रेडुव्हीड ढेकूण मित्रकीटकाचा आढळ विविध देशांत आहे.

संवर्धन :

- रासायनिक कीटकनाशकांचा वापर पिकांच्या वाढीच्या सुरुवातीच्या काळात टाळावा. त्यांचा अतिरेकी वापर करू नये. लेबल क्लेम असलेल्या, कृषी विद्यापीठांनी शिफारस केलेल्या कीडनाशकांचाच वापर करावा. एकात्मिक कीडव्यवस्थापनाचा वापर महत्त्वाचा आहे.

प्रौढ ढेकूण

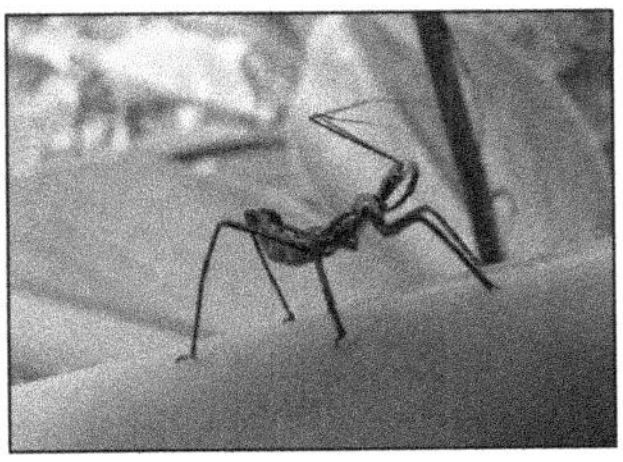

बाल्यावस्था

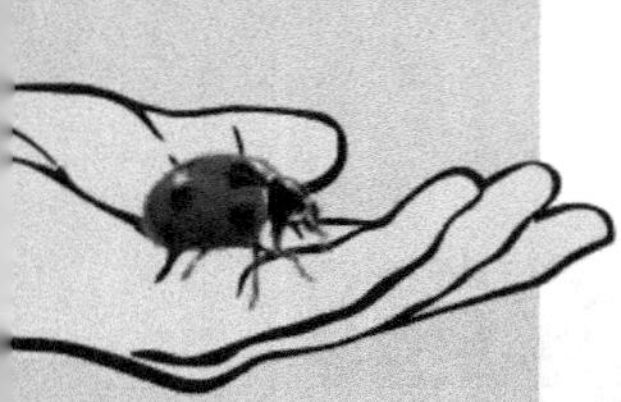

डॅमसेल ढेकूण

२५

नाव : डॅमसेल ढेकूण

इंग्रजी नाव : Damsel bug

शास्त्रीय नाव : *Nabis* sp.

कुळ : Naibidae, **गण :** Hemiptera

ओळख :

- प्रौढ ढेकूण सडपातळ असून ८ ते १२ मि.मी. आकाराचा असतो. रंगाने फिकट तपकिरी असून, डोळे मोठे व स्पर्शिका लांब असतात. समोरील पायांची जोडी थोडी मोठी असून, ती भक्ष्य पकडण्यासाठी उपयोगी ठरते. पिले प्रौढासारखीच पण पंखविरहित असतात. तोंड टोकदार सुईसारखे असते.

जीवनक्रम :

- या कीटकाचा जीवनक्रम अंडी, पिल्ले व प्रौढ या तीन अवस्थांतून पूर्ण होतो. मादी झाडाच्या पेशीमध्ये अंडी घालते. अंड्यातून ८ ते १२ दिवसांत पिले निघतात. पिलांचे ३ ते ४ आठवड्यांत प्रौढात रूपांतर होते.

पिके :

- कापूस, सोयाबीन, तूर, डाळवर्गीय पिके, फळपिके, भाजीपाला पिकांवर या मित्रकीटकाचा आढळ असतो.

भक्ष्यकिडी :

- प्रौढ व पिले या दोन्ही अवस्था मावा, तुडतुडे, मिरीड ढेकूण, लाल कोळी, किडीची अंडी, लहान अळ्या यांचे भक्षण करतात.

आढळ :

- विविध देशांमध्ये आढळून येतो.

संवर्धन :

- रासायनिक कीटकनाशकांचा सुरुवातीच्या काळात वापर टाळावा. त्यांचा अतिरेकी वापर करू नये शिफारस केलेलीच कीटकनाशके वापरावीत. एकात्मिक कीडव्यवस्थापनाचा अवलंब करावा.

चतुर

२६

नाव : चतुर

इंग्रजी नाव : Dragon fly

शास्त्रीय नाव : *Trithemis pallidinervis, T. aurora, T. festiva*

कुळ : Calopterygidae, **गण :** Odonata

ओळख :

- जगामध्ये या कीटकांच्या जवळपास ५,६८० प्रजाती आढळतात. शरीर लांब आणि पंख पारदर्शक असून, मागील पंख मोठे असतात. मित्रकीटकाचे प्रौढ अनेक रंगांमध्ये आढळतात. हे सर्वाधिक वेगाने (सुमारे ताशी १०० किलोमीटर) कोणत्याही बाजूला मागे, पुढे, वर, खाली उडू शकतात. यांची नजर अतिशय तीक्ष्ण असते. त्यांच्या डोळ्यांत जवळपास ३० हजार भिंगे असतात.

जीवनक्रम :

- मादी पाण्याजवळ किंवा पाण्यामध्ये अंडी घालते. अंड्यातून अळी बाहेर पडते. या कीटकांचे बहुतांशी आयुष्य अळी अवस्थेमध्ये पाण्यामध्ये जाते. या वेळी डासांच्या अळ्या, लहान कीटक व माशांच्या पिल्लावस्थेवर उपजीविका करते. अळी अवस्था २ ते ५ वर्षांपर्यंत असून, प्रौढ साधारणतः ५ ते ६ महिने जगतो.

पिके :

- हा मित्रकीटक सर्व प्रकारच्या पिकामध्ये आढळतो.

भक्ष्यकिडी :

- प्रौढ मुख्यतः डास, लहान किडी विशेषतः माश्या, मुंग्या, गांधीलमाशी आणि फुलपाखरांना आपल्या काटेरी पायामध्ये पकडून खातो. अळी पाण्यातील किडीवर उपजीविका करते.

आढळ :

- तळे, नदीकाठी, गोठ्याजवळ किंवा दलदलीच्या जागी आढळतो.

संवर्धन :

- पाण्यामध्ये कीटकनाशके व कारखान्यातील विषारी रसायने मिसळणार नाहीत, याची काळजी घ्यावी. परिसरातील नदी, तलाव किंवा पाण्याची ठिकाणे स्वच्छ राहतील, हे पाहावे.

■

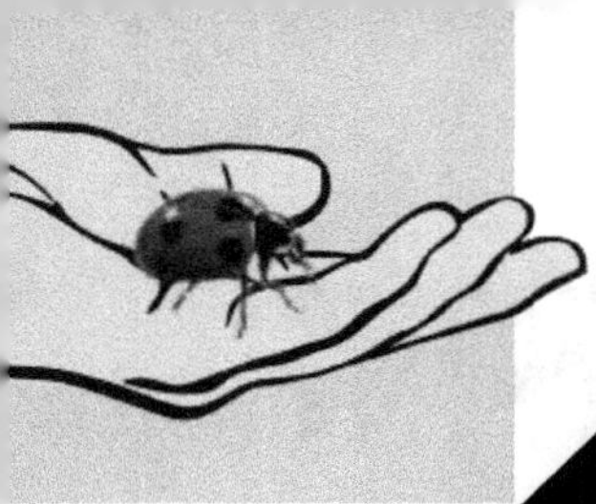

२७ डॅमसेल माशी

नाव : डॅमसेल माशी

इंग्रजी नाव : Damsel fly

कुळ : Coenagrionida, **गण :** Odonata

ओळख :

- प्रौढ सुमारे ३२ ते ३५ मि.मी. लांबीचा असून पिवळ्या, काळ्या किंवा हिरव्या रंगांचा असतो. शरीर निमुळते असते, पंख पारदर्शक असतात. त्यावर शेवटी ठिपका असतो.

जीवनक्रम :

- या मित्रकीटकाचा वर्षातून एक जीवनक्रम पूर्ण होतो. मादी व नर एकत्र राहतात. तरंगणाऱ्या किंवा पाण्यातील वनस्पतींवर अंडी घातली जातात. अंड्यातून अळी बाहेर पडते. अळी पाण्यामध्ये राहून त्यानंतर सरळ प्रौढावस्थेत रूपांतरित होते. एक ते दोन वर्षांमध्ये ती जीवनक्रम पूर्ण करते.

पिके :

- विविध प्रकारच्या पिकांमध्ये या मित्रकीटकाचा आढळ असतो.

भक्ष्यकिडी :

- प्रौढ हवेत उडणाऱ्या लहान किडींना पकडून खातो. उदा. तुडतुडे, पांढरी माशी, फुलपाखरे आदी. यांची पिल्ले पाण्यातील किडी उदा. डासांच्या अळ्या व अन्य किडींना खातात.

आढळ :

- पाण्याजवळ, भाताच्या खाचरात, नदीच्या पात्रात आढळून येतात.

संवर्धन :

- भाताच्या खाचरातील पाणी स्वच्छ ठेवावे. कीडनाशकांचा अवास्तव व अतिरेकी वापर टाळावा. एकात्मिक कीडनियंत्रणाचा अवलंब करावा.

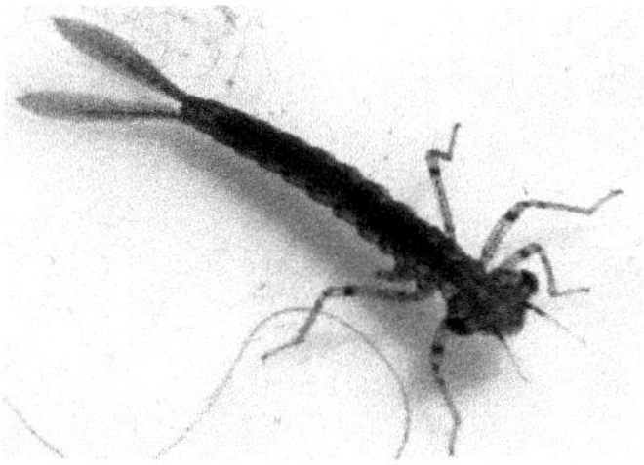

बाल्यावस्था

प्रौढ

२८

उसावरील लोकरी मावा खाणारी अळी

नाव : उसावरील लोकरी मावा खाणारी अळी

इंग्रजी नाव : Conobathra

शास्त्रीय नाव : *Conobathra* (Dipha) *aphidivora.*

कुळ : Pyralidae, **गण :** Lepidoptera

ओळख :

- प्रौढ पतंगाचे पुढील पंख करड्या तपकिरी रंगाचे व मागील पंख पांढऱ्या रंगाचे असतात. अंडी पांढरी किंवा पिवळसर रंगाची, लांबट गोल व रव्याच्या आकाराची असतात. नुकत्याच अंड्यातून बाहेर पडलेल्या अळीचा रंग पिवळसर-हिरवा असून, डोके काळसर-तपकिरी असते. अळीच्या अंगावर पांढरे केस असतात. पूर्ण वाढलेल्या अळीचा रंग पिवळसर ते गडद हिरवा असून, डोके गडद हिरवे किंवा तपकिरी असते. तिच्या अंगावर आडवे पांढरे पट्टे दिसतात. अळी दोन्ही टोकांस निमुळती व मध्यभागी फुगीर असते.

जीवनक्रम :

- रात्रीच्या वेळी नर व मादी पतंगाचे मीलन होते. मादी पतंग लोकरी मावाग्रस्त उसाच्या पानाच्या पाठीमागे अंडी घालते. एक मादी ७२ ते ११५ अंडी घालते. अंड्यातून ५ ते ६ दिवसांत अळ्या बाहेर पडतात. अळी चार वेळा कात टाकते व २४ ते ३६ दिवसांत तिची पूर्ण वाढ होते. शेवटच्या अवस्थेतील अळी पांढऱ्या रेशमी जाळीच्या आत तोंडातील लाळेच्या साहाय्याने घट्ट आवरण विणते व त्यात कोषावस्थेत जाते. कोषावस्था ७ ते १० दिवसांची असते. कोष उसाच्या पानाच्या पाठीमागे प्रामुख्याने मुख्य शिरेजवळ आढळतात. कोषाला एका बाजूला छिद्र पाडून प्रौढ पतंग बाहेर पडतात. कोषातून प्रौढ पतंग बाहेर येण्याचे प्रमाण दुपारी चारनंतर जास्त असते. कोषातून बाहेर पडलेले प्रौढ १ ते ५ दिवस जगतात. संपूर्ण जीवनक्रम १ ते १.५ महिन्यात पूर्ण होतो.

पिके :

- उसावर आढळते.

भक्ष्यकिडी :

- कोनाबाथ्रा अळ्या अंड्यातून रात्री बाहेर पडतात व जाळी विणतात. उसाच्या पानावरील लोकरी मावा खातात. पहिल्या अवस्थेतील अळी एका दिवसात ५० ते ७० लोकरी मावा खाते. अळी

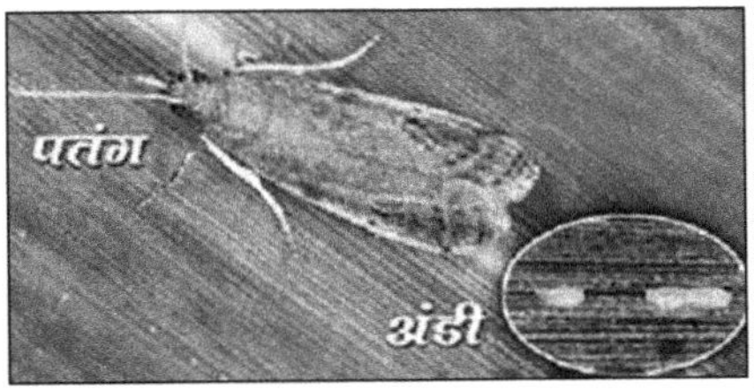

प्रौढ पतंग आणि अंडी

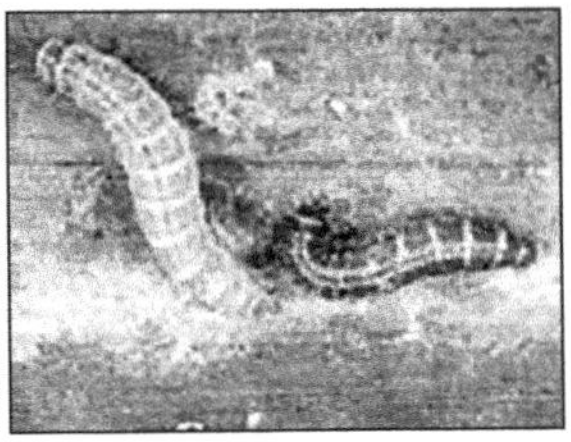

अळी

कोष

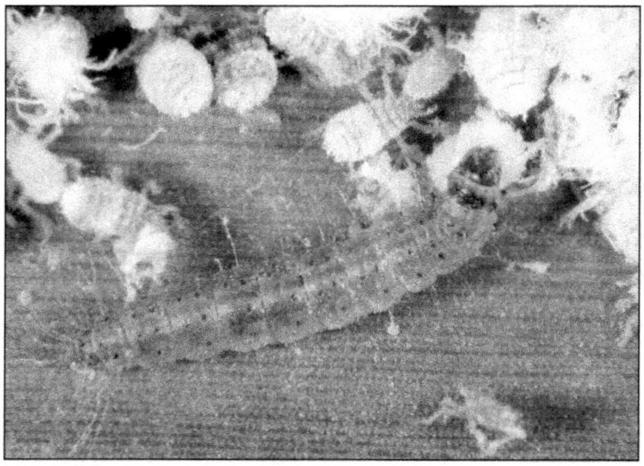

कोनोब्राथा अळी लोकरी माव्याला खाताना

जसजशी मोठी होत जाते, तसे अळीची मावा खाण्याची क्षमता वाढत जाते. शेवटच्या अवस्थेतील अळी दररोज ३०० पेक्षा जास्त लोकरी मावा फस्त करते. अळीने विणलेल्या जाळीत अडकूनही काही मावा मरण पावतात. कोनोबाथ्राची एक अळी एका पानावरील संपूर्ण लोकरी मावा चार ते पाच दिवसांत फस्त करून टाकते.

आढळ :

- महाराष्ट्रातील ऊस उत्पादक जिल्ह्यांमध्ये आढळून येते.

संवर्धन :

- कोनोबाथ्राच्या अळ्या शेतामध्ये आढळून आल्यास रासायनिक कीटकनाशकाच्या फवारण्या करू नयेत. एकात्मिक कीड व्यवस्थापनाचा अवलंब करावा.

■

प्रार्थना कीटक

२९

नाव : प्रार्थना कीटक

इंग्रजी नाव : Preying mantid

शास्त्रीय नाव : *Mantis religiosa*

कुळ : Mantidae, **गण :** Mantodea

ओळख :

- या मित्रकीटकास खंडोबाचा घोडा या नावानेदेखील ओळखले जाते. प्रार्थना कीटकाच्या जगामध्ये २३०० प्रजाती व भारतात १८४ प्रजाती आढळतात. त्यातील महाराष्ट्रात ५६ प्रजाती आढळतात. या मित्रकीटकाची पुढील पायाची जोडी मोठी असून, नेहमी हात जोडल्यासारखी असल्यामुळे त्यास 'प्रार्थना कीटक', असे म्हणतात. हा एकमेव कीटक असा आहे, की जो आपले डोके सर्व दिशांना फिरवू शकतो. प्रौढ विविध रंगांमध्ये आढळतात, शक्यतो हिरव्या किंवा विटकरी रंगाचे असतात. यांच्या पिल्लांना पंख नसतात.

जीवनक्रम :

- अंडी, पिल्ले व प्रौढ अशा तीन अवस्थांमधून जीवनक्रम पूर्ण होतो. झाडाच्या फांदीवर किंवा पानाच्या खाली आवरणात अंडी समूहामध्ये घातली जातात. एका अंडीपुंजातून २५ ते २०० पिल्ले बाहेर पडतात. अंडीपुंज मजबूत असतो. पिल्ले अंड्यातून निघाल्यानंतर अंडीपुंजाजवळ राहतात. नजीकच्या जागेमध्ये पसरून इतर किडींचे भक्षण करतात. पिल्ले सहा अवस्थांमधून प्रौढ अवस्थेत जातात. प्रौढ १ ते ६ इंच लांब असून, प्रजातीनुसार आकार बदलतो.

पिके :

- सर्व पिकांमध्ये आढळून येतात.

प्रार्थना कीटक बाल्यावस्था

प्रार्थना कीटकाचे अंडीपुंज

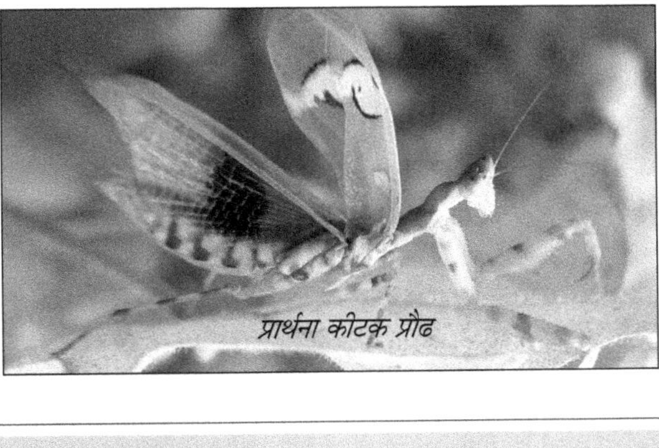

प्रार्थना कीटक प्रौढ

प्रार्थना कीटकाचा प्रौढ अळीला खाताना.

भक्ष्यकिडी :

- प्रार्थना कीटकाचे प्रौढ व पिल्ले विविध किडींना खातात. हा कीटक समोरच्या पायामध्ये भक्ष्याला पकडून त्यांना खातो. विविध प्रकारच्या अळ्या, प्रौढ, पिल्ले यांचे भक्षण करतो.

आढळ :

- जगभरात सर्व ठिकाणी आढळून येतो.

संवर्धन :

- रासायनिक कीटकनाशकांचा अतिरेकी वापर टाळावा.
- एकात्मिक कीड व्यवस्थापनांचा अवलंब करावा.

■

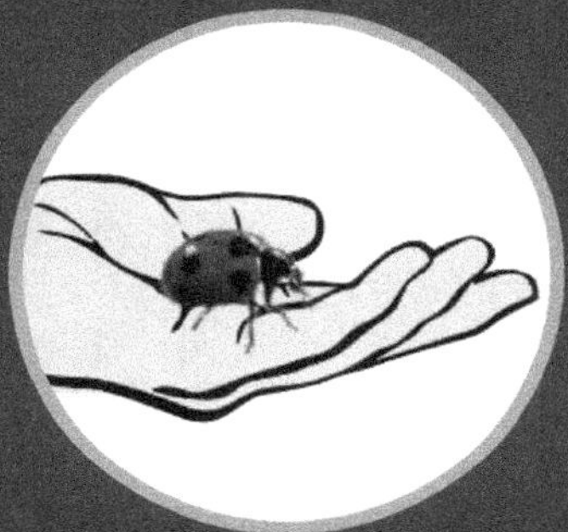

परोपजीवी कीटक

या भागात आपण परोपजीवी मित्रकीटकांविषयी माहिती घेऊ या. परोपजीवी कीटक त्यांच्या जीवनातील बराचसा काळ एखाद्या कीटकाच्या शरीरावर किंवा शरीरामध्ये पूर्ण करतात. हे परोपजीवी कीटक त्या कीटकांची अंडी, अळी व कोष यांच्या आत राहून आपली उपजीविका भागवतात. प्रौढ परोपजीवी कीटक यजमान किडीच्या शरीरात किंवा शरीरावर अंडी घालतात. त्या अंड्यांतून निघालेल्या अळ्या यजमान किडीचा नाश करतात. बरेचसे परोपजीवी कीटक अतिशय लहान असल्यामुळे तसेच त्यांची अंडी व बाल्यावस्था यजमान किडीच्या शरीरामध्ये असल्यामुळे त्यांना ओळखणे अतिशय कठीण जाते. परोपजीविग्रस्त किडींची अंडी, अळी किंवा बाल्यावस्था, कोष यांच्या लक्षणांवरून त्यांना ओळखता येते.

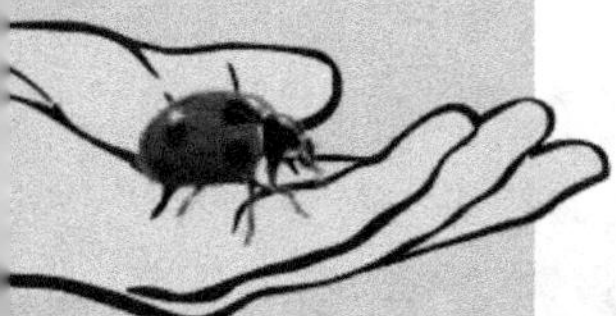

परोपजीवी मित्रकीटक – ट्रायकोग्रामा

नाव : ट्रायकोग्रामा

1

इंग्रजी नाव : Trichogramma

शास्त्रीय नाव : *Trichogramma,* chilonis

कूळ : Trichogrammatidae, **गण :** Hymenoptera.

ओळख :

- परोपजीवी कीटकांपैकी 'ट्रायकोग्रामा'' हा एक अत्यंत महत्त्वाचा मित्रकीटक आहे. हानिकारक किडींच्या बंदोबस्तासाठी हा कीटक जगातील बहुतेक देशांत सरस ठरला आहे. हा कीटक गांधीलमाशीच्या जातीचा असून, आकाराने अतिशय लहान आहे. त्याची लांबी ०.४ ते ०.७ मि.मी. व जाडी ०.१५ ते ०.२५ मि.मी. असते. ट्रायकोग्रामाच्या जगात सुमारे १५० प्रजाती आहेत. या प्रजाती जगभरात विखुरलेल्या आठ वर्गांतील व ७० कुळांतील साधारणतः ४०० विविध किडींच्या अंड्यांवर आपली उपजीविका करतात.

प्रजाती :

- भारतात ट्रायकोग्रामाच्या २६ प्रजाती आढळून येतात. त्यापैकी ट्रायकोग्रामा चिलोनीस, ट्रायकोग्रामा जॅपोनिकम, ट्रायकोग्रामा अकाई व ट्रायकोग्रामा नागरकट्टी या महत्त्वाच्या आहेत त्यांचा उपयोग विविध पिकांवरील पतंगवर्गीय किडींच्या नियंत्रणासाठी होतो.

जीवनक्रम :

- ट्रायकोग्रामा हे परोपजीवी कीटक शेतामध्ये सोडले असता ते पतंगवर्गीय हानिकारक किडींची अंडी शोधून त्यात आपली अंडी घालतात. ही अंडी १६ ते २४ तासांत उबतात. अंड्यातून निघालेली ही ट्रायकोग्रामाची अळी यजमान किडीच्या अंड्यातील गर्भाचा भाग खाऊन तीन ते चार दिवसांत कोषावस्थेत जाते. कोषावस्था दोन ते तीन दिवसांत पूर्ण होते. अशा प्रकारे अंडी, अळी व कोष या तिन्ही अवस्था यजमान किडीच्या अंड्यातच पूर्ण होतात. त्यानंतर अंड्यांना छिद्र पाडून ट्रायकोग्रामाचे प्रौढ बाहेर पडतात. पुन्हा हे प्रौढ ट्रायकोग्रामा हानिकारक पतंगवर्गीय किडीच्या अंड्यांचा शोध घेऊन त्यावर उपजीविका करतात. प्रौढ ट्रायकोग्रामा २ ते ३ दिवस जगतात. एक ट्रायकोग्रामा या अवधीमध्ये १०० अंडी घालू शकतो. त्याचे जीवनचक्र सुमारे ८ ते १० दिवसांत पूर्ण होते. हिवाळ्यात हा कालावधी ९ ते १२ दिवसही लागतो. ट्रायकोग्रामा हा यजमान किडीच्या अंड्यामध्येच आपली अंडी घालत असल्यामुळे नुकसान करणारी अळी तयार होण्यालाच प्रतिबंध केला जातो. त्यामुळे पतंगवर्गीय किडींच्या प्रभावी नियंत्रणासाठी ट्रायकोग्रामा फार उपयोगी आहे.

यजमान किडी :

- कपाशीवरील बोंडअळ्या, उसावरील खोडकिडा, मक्यावरील खोडकिडा, सूर्यफुलावरील अळी, टोमॅटोवरील फळ पोखरणारी अळी, भातावरील खोडकिडा, ज्वारीवरील खोडकिडा, कोबीवरील ठिपक्याचा पतंग आदी.

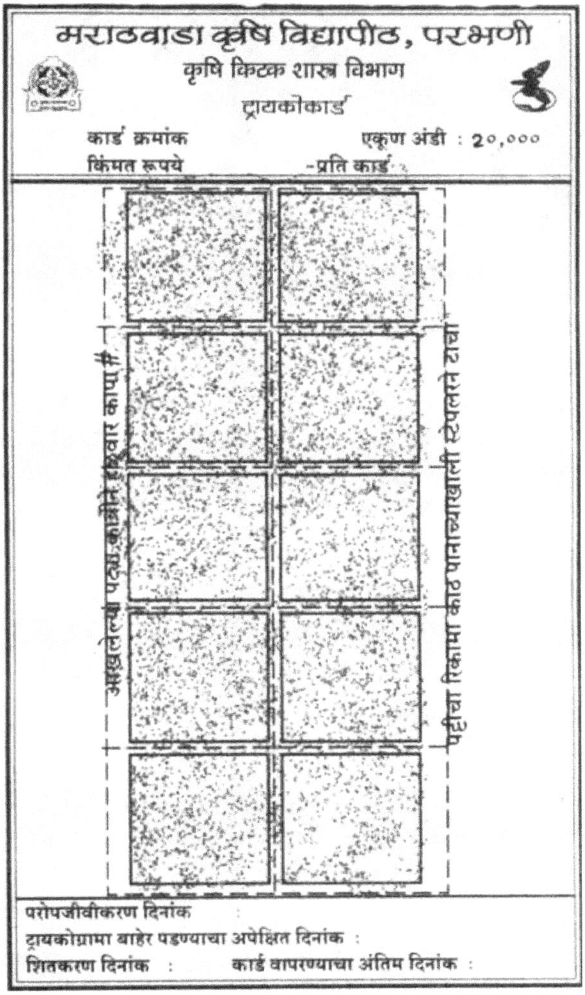

ट्रायकोकार्डचा वापर

■■ *ट्रायकोकार्ड वापरताना घ्यावयाची काळजी*

- *ट्रायकोकार्ड हे कृषी विद्यापीठ, शासनमान्य संस्था यांच्याकडूनच विकत घ्यावे.*
- *ट्रायकोकार्ड विकत घेताना परोपजीवी कीटक बाहेर पडण्याची अपेक्षित तारीख बघूनच मुदतीपूर्वीच घ्यावेत.*
- *ट्रायकोकार्ड वापरण्याआधी त्याच्या मागील बाजूस दिलेल्या वापरासंबंधीच्या सूचना काळजीपूर्वक वाचाव्यात.*
- *ट्रायकोकार्ड प्रखर सूर्यप्रकाश, अग्नी, कीटकनाशके, मुंग्या व पालीपासून दूर ठेवावेत.*

■

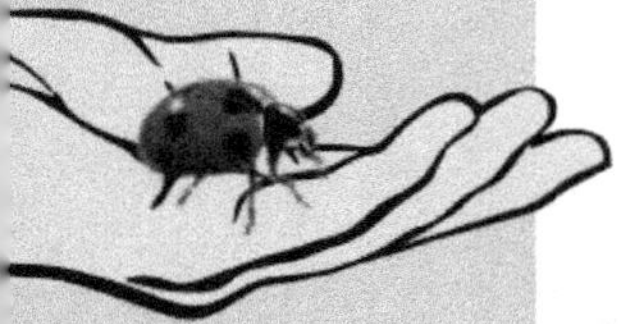

टिलोनोमस रेमस

नाव : टिलोनोमस रेमस

२

इंग्रजी नाव : Telenomus

शास्त्रीय नाव : *Telenomus remus*

कुळ : Scelionidae, **गण :** Hymeoptera

ओळख :

- टिलोनोमस रेमस हा स्पोडोप्टेरा लिट्युरा या अळीचा महत्त्वाचा परोपजीवी कीटक असून, अंडी अवस्थेवर हल्ला करतो. प्रौढ अतिशय लहान असून, काळ्या रंगाचा असतो व पंख पारदर्शक असतात. प्रौढ मादी यजमान किडीच्या अळ्यांमध्ये आपली अंडी घालते व अळी अवस्था यजमान किडीच्या अंड्यामध्येच पूर्ण होते व तिथेच कोषात जाते. ५ ते ७ दिवसांनी अशा अंड्यांमधून प्रौढ बाहेर पडतात व इतर भक्षक अंड्यांचा शोध घेतात.

जीवनक्रम :

- अंडी अवस्था एक दिवसाची असून, अळी अवस्था ४ ते ६ दिवसांची, कोषावस्था ५ ते ७ दिवसांची असते. प्रौढ ३ ते ७ दिवस जिवंत राहतात. प्रौढ मादी जवळपास १५० अंडी घालते.

पिके :

- सोयाबीन, एरंडी, कापूस, तंबाखू इत्यादी.

यजमान किडी :

- स्पोडोप्टेरा लिट्युरा अळी, घाटे अळी, एरंडीवरील उंट अळी, हरभऱ्यावरील देठे कुरतडणारी अळी, लष्करी अळी, उंट अळ्या इत्यादी किडींच्या अंडीमध्ये परोपजीविकरण करते.

संवर्धन :

- प्रौढ मधावर उपजीविका करतात. आवश्यकतेनुसार कीटकनाशकाची फवारणी करावी. या मित्रकीटकाचा आढळ असल्यास अतिरेकी कीटकनाशकांचा वापर टाळावा.

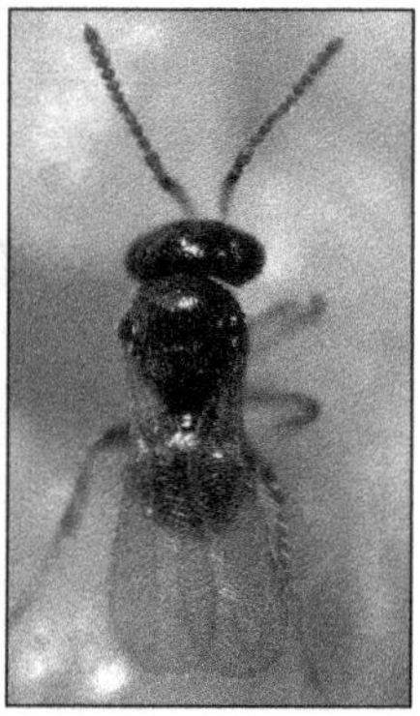

प्रौढ

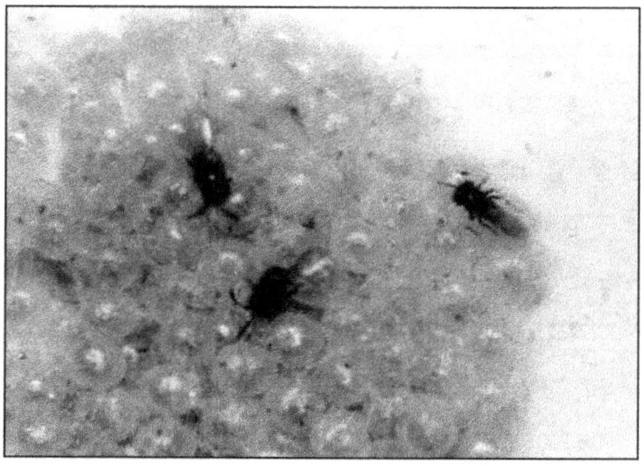

टिलोनोमस प्रौढ परोपजीविकरण करताना

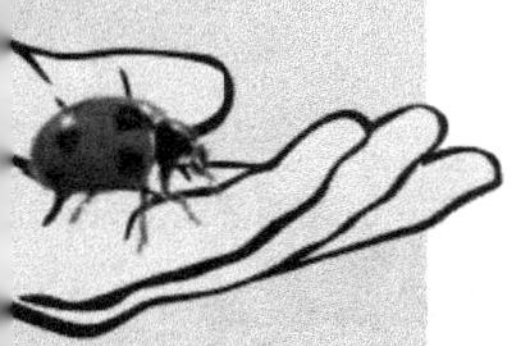

३ गांधीलमाशी- कोपीडोसोमा कोहलेरी

नाव : **गांधीलमाशी- कोपीडोसोमा कोहलेरी**

इंग्रजी नाव : Copidosoma

शास्त्रीय नाव : *Co-pidisoma koehiliri*

कुळ : Encrytidae, **गण :** Hymenoptera

ओळख :

- या मित्रकीटकाचा प्रौढ दिसायला गांधीलमाशीसारखा व आकाराने अतिशय लहान असतो. यजमान कीटकाच्या अळीच्या शरीरात एकापेक्षा जास्त कोपीडोसोमाच्या अळ्या आढळतात. त्यामुळे यजमान अळी मरण पावते. कोपीडोसोमाचे कोष मृत अळीच्या शरीरात तयार होतात. अशा मृत अळ्यांना 'ममीफाइड' अळ्या म्हणतात. कोपीडोसोमाची प्रौढ मादी यजमान किडीच्या अंड्यांमध्ये स्वतःची अंडी घालते. परोपजीविग्रस्त अंड्यांमधून यजमान किडीची अळी बाहेर पडते. अंड्यातून निघालेली यजमान किडीची अळी बटाट्यामध्ये शिरते व त्यावर उपजीविका करते. त्यादरम्यान या अळीच्या शरीरामध्ये कोपीडोसोमाच्या अळीची वाढ होते. या यजमान किडीची वाढ झाल्यानंतर ते बटाट्याच्या बाहेर येतात. त्या कोषावस्थेत जाण्याऐवजी त्या परोपजीविग्रस्त असल्यामुळे मरण पावतात. अशा परोपजीविग्रस्त अळ्यांमधून त्यानंतर कोपीडोसोमाचे प्रौढ बाहेर पडतात. कोपीडोसोमा कोहलेरीची यजमान किडीच्या अंडी व अळीमध्ये वाढ होते. त्यामुळे यजमान किडीचा मृत्यू होतो. त्यातून कोपीडोसोमाचे प्रौढ बाहेर पडतात.

जीवनक्रम :

- एक मादी साधारणपणे २० ते ६० अंडी घालते. अंड्यामधून २ ते २.५ तासांत अळ्या निघतात. अळी अवस्था १५ ते २० दिवसांची, कोषावस्था ७ ते १० दिवसांची असते. प्रौढ ३ ते ५ दिवस जगतात. मादी यजमान किडीच्या शरीरात अंडी घालते. एका अंड्यापासून अनेक अळ्या बाहेर पडतात. त्या अळ्या यजमान किडीच्या शरीरात वाढतात व तेथेच कोषावस्थेत जातात. त्यानंतर मेलेल्या यजमान किडीच्या शरीरातून प्रौढ बाहेर पडतात. एका मृत यजमान अळीतून ६० ते १०० कोपीडोसोमाचे प्रौढ बाहेर पडतात.

पिके :

- सोयाबीन, एरंडी, कापूस, तंबाखू इत्यादी.

यजमान किडी :

- बटाट्यावरील पतंग.

आढळ :

- बटाटा पीक घेणाऱ्या सर्व देशांमध्ये हा मित्रकीटक आढळून येतो.

गुणन :

- प्रयोगशाळेत कोपीडोसोमाचे मोठ्या प्रमाणात गुणन बटाट्यावरील पतंगाच्या अंड्यांवर करता येते.

वापर :

- शेतामध्ये कोपीडोसोमाचे ५० हजार प्रौढ प्रति हेक्टरी दोन वेळा आठवड्याच्या अंतराने सोडल्यास बटाट्यावरील पतंगाचे योग्य व्यवस्थापन होईल. साठवणूक केलेल्या बटाट्यावरील पतंगाच्या व्यवस्थापनासाठी कोपीडोसोमाच्या प्रौढांचे प्रसारण उपयोगी ठरते.

■

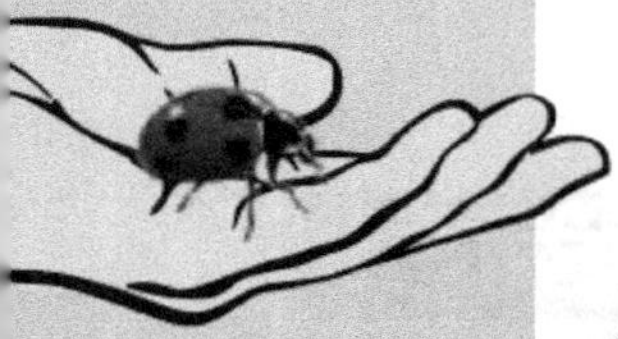

४ चिलोनस ब्लॅकबर्नाय- गांधीलमाशी

नाव : चिलोनस ब्लॅकबर्नाय- गांधीलमाशी

इंग्रजी नाव : Chelonus

शास्त्रीय नाव : *Chelonus blackburni*

कूळ : Bracondiae, **गण** : Hymenoptera

ओळख :

- या मित्रकीटकाचे प्रौढ स्वतंत्रपणे जगणारे, काळ्या रंगाचे व २-६ मि. मी. लांबीचे असतात. यांच्या मिश्या गडद लाल आणि शरीराच्या मधला काही भाग पांढरा असतो. अळी बिनपायाची असते. तिची पूर्ण वाढ यजमान अळीच्या (होस्ट) शरीरात होते. चिलोनस ब्लॅकबर्नाय हा परोपजीवी कीटक यजमान किडीच्या अंड्यामध्ये स्वत:ची अंडी घालतो. त्याची वाढ यजमान किडीच्या अंडी व अळीमध्ये होते आणि अळीमधून चिलोनसचे प्रौढ बाहेर पडतात. हा मित्रकीटक भारतामध्ये अमेरिकेतील हवाई बेटांमधून आणण्यात आला.

जीवनक्रम :

- चिलोनसची प्रौढ मादी नराच्या मिलनाशिवाय अंडी घालू शकते. ही मादी यजमान किडीची अंडी शोधून त्यात अंडी घालते. तिच्या अळीची वाढ यजमान किडीच्या शरीरात होते. चिलोनसची अंडी अवस्था ७ ते १२ दिवसांची असते. चिलोनसची एक प्रौढ मादी १०० ते २०० अंडी घालते.

पिके :

- कपाशी, बटाटा, कोबी इत्यादी.

यजमान किडी :

- कपाशीवरील ठिपक्याची, अमेरिकन व गुलाबी बोंडअळी, बटाट्यावरील पतंग, कोबीवरील अळी.

संवर्धन :

- आवश्यकतेनुसारच पिकांत कीटकनाशकांची फवारणी करावी. चिलोनस मित्रकीटकाचा आढळ असल्यास कीटकनाशकांचा अतिरेकी वापर टाळावा.

गुणन :

- प्रयोगशाळेत चिलोनसचे गुणन प्रयोगशाळेत तांदळावरील किंवा बटाट्यावरील पतंग यांच्या अंड्यांवर करता येते.

वापर :

- बटाट्यावरील अळीच्या व्यवस्थापनासाठी चिलोनसचे ५० हजार प्रौढ एक आठवड्याच्या अंतराने दोन वेळा शेतामध्ये सोडावेत. साठवण केलेल्या बटाट्यावरील अळीच्या व्यवस्थापनासाठी एक किलो बटाट्यासाठी चिलोनसचे पाच प्रौढ सोडावेत, कपाशीवरील बोंडअळ्या (ठिपक्याची, अमेरिकन व गुलाबी) यांच्या व्यवस्थापनासाठी पाच हजार प्रौढ प्रति हेक्टरी सोडावेत. ज्या वेळेस बोंडअळ्यांची अंडी शेतात आढळतात त्या वेळेस त्यांचे प्रसारण करावे.

■

ट्रायकोग्रामा

चिलोनस ब्लॅकबर्नाय- गांधीलमाशी

टिलोनोमस रेमस

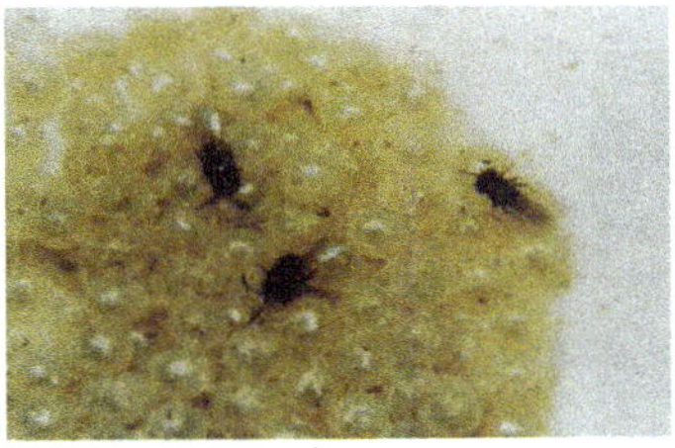

प्रौढ

टिलोनोमस प्रौढ परोपजीविकरण करताना

अपेंटेलीस गांधीलमाशी

अपेंटेलीस गांधीलमाशी प्रौढ

यजमान किडीवर प्रौढ व कोष

माव्यावरील गांधीलमाशी

मावा परोपजीविकरण करताना प्रौढ

परोपजीविग्रस्त मावा

प्रौढ गांधीलमाशी

ब्रॅकॉन गांधीलमाशी

परोपजीविकरण करताना प्रौढ

परोपजीविग्रस्त अळी

ब्रॅकॉन प्रौढ माशी

कॅम्पोलेटिस गांधील माशी

कॅम्पोलेटिस गांधील माशी

यजमान किडीची मेलेली अळी व कॅम्पोलेटिसचा कोष

गांधीलमाशी- कोपीडोसोमा कोहलेरी

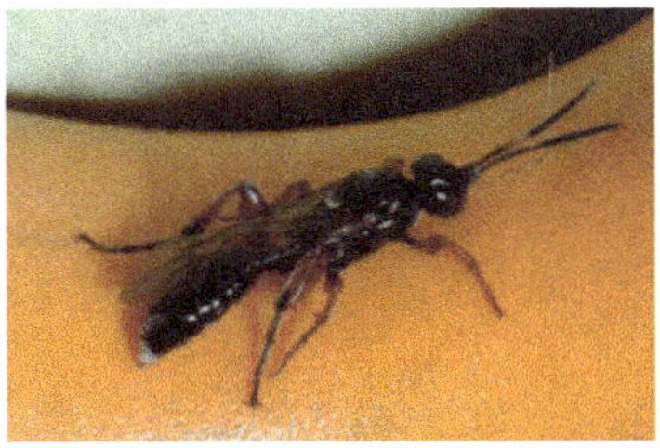

कोपीडोसोमा कोहलेरी गांधीलमाशीचा प्रौढ

इरेटमोसिरस गांधीलमाशी

इरेटमोसिरस गांधीलमाशीचा प्रौढ

कापूस, भेंडीतील रोगस गांधीलमाशी

रोगसचा कोषामधून बाहेर निघालेला प्रौढ

रोगसचा कोष

ॲनागायरस प्रजाती

इनकार्सिया फोरमोसा

इनकार्सिया प्रौढ

इनकार्सियामुळे पांढऱ्या माशीची परोपजीविग्रस्त पिल्ले

गोनिओझस

सेन्सर यजमान अळीच्या शरीरावर गोनिओझसचा प्रौढ

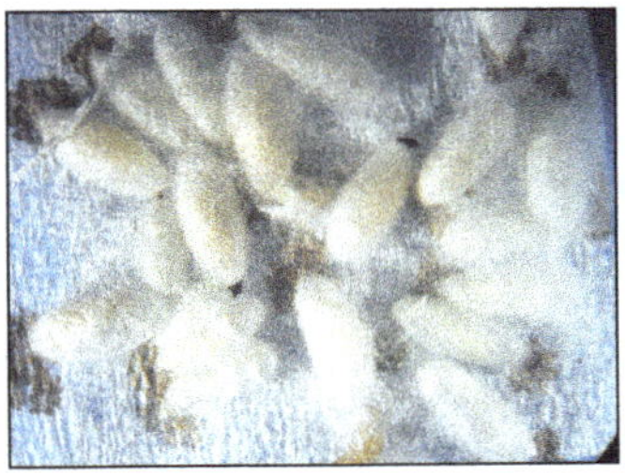

गोनिओझसचे कोष

टॅकनिड माशी

माशी मेलेल्या यजमान अळीतून निघालेला टॅकनिड माशीचा कोष व अळी

माशी मेलेल्या यजमान अळीतून निघालेला कोष व प्रौढ टॅकनिड

इपिरिकॅनिया

इपिरिकॅनिया प्रौढ

इपिरिकॅनियाचा कोष

इपिरिकॅनियाची अंडी

ॲनॅशियस प्रजाती

ॲनॅशियस प्रौढ

ॲनॅशियसमुळे परोपजीविग्रस्त पिठ्या ढेकूण

अपेंटेलीस गांधीलमाशी

५

नाव : कोटेशिया किंवा अपेंटेलीस गांधीलमाशी

इंग्रजी नाव : Apanteles

शास्त्रीय नाव : *Cotesia* (Apanteles) *flavipes* (Cameron)

कूळ : Braconidae, **गण :** Hymenoptera

ओळख :

- कोटेशिया ही काळ्या रंगाची गांधीलमाशी आहे. तिचे पाय व मिश्या लाल रंगाच्या असतात. विविध पिकांवर मेलेल्या किडीच्या अळीच्या शरीरावर पांढऱ्या रंगाचे अनेक कोष आढळल्यास ते कोष कोटेशिया या गांधीलमाशीचे असतात.

जीवनक्रम :

- या गांधीलमाशीची प्रौढ मादी पतंगवर्गीय किडीच्या अळ्यांच्या शरीरामध्ये अंडी घालते. या परोपजीवी गांधीलमाशीच्या अंड्यातून अळ्या निघून यजमान किडीच्या अळीच्या शरीरातील भाग खातात. या अळ्यांची वाढ झाल्यानंतर यजमान किडीची अळी मरते. मेलेल्या अळीच्या शरीरातून परोपजीवी गांधीलमाशीच्या पूर्ण वाढलेल्या अळ्या बाहेर पडतात व काही वेळातच कोषावस्थेत जातात. नंतर या कोषातून प्रौढ निघून यजमान किडी शोधून त्यात अंडी घालतात. कोटेशिया या गांधीलमाशीची अळी ते कोषावस्था १४ ते १५ दिवसांची असते. कोषावस्था ५ ते ६ दिवस, प्रौढावस्था २ ते ३ दिवसांची असते. पूर्ण जीवनक्रम २० ते २२ दिवसांत पूर्ण होतो. एका मादीपासून ४२` ५० कोष तयार होतात.

पिके :

- ज्वारी, मका, गहू, भात, ऊस, कापूस, तूर, लिंबूवर्गीय पिके इत्यादी.

यजमान किडी :

- उसावरील खोडकिडा, केसाळ अळी, ज्वारीवरील खोडकिडा, गव्हावरील खोडकिडा, ज्वारीवरील खोडकिडा, अमेरिकन बोंड अळी, तंबाखूवरील पाने खाणारी अळी, लिंबूवर्गीय पिकांवरील पाने खाणारी अळी, भातावरील खोडकिडा, मक्यावरील खोडकिडा इत्यादी.

संवर्धन :

- मेलेल्या अळीच्या शरीरावर पांढऱ्या रंगाचे कोष आढळून आल्यास रासायनिक कीडनाशकांचा वापर टाळावा. एकात्मिक कीड व्यवस्थापनाचा वापर करावा.

अपेंटेलीस गांधीलमाशी प्रौढ

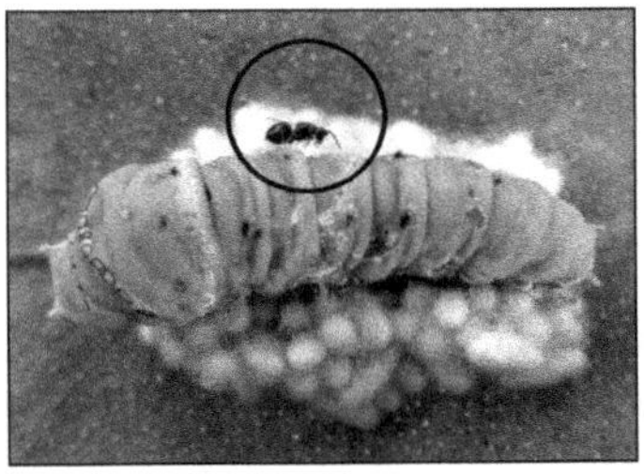

यजमान किडीवर प्रौढ व कोष

■

६ ब्रॅकॉन गांधीलमाशी

नाव : ब्रॅकॉन गांधीलमाशी

इंग्रजी नाव : Bracon

शास्त्रीय नाव : *Bracon hebetor* Say; *Bracon brevicornis* Wesmaea

कुळ : Braconidae **गण** : Hymenoptera

ओळख :

- ब्रॅकॉन गांधीलमाशी ही यजमान किडींच्या शरीरावर बहुसंख्येने उपजीविका करते. तिचे मोठ्या प्रमाणात गुणन प्रयोगशाळेमध्ये तांदळावरील पतंगाच्या अळीवर करता येते. ही गांधीलमाशी अतिशय लहान, १.३ ते २.७ मि.मी. असते. तिचे शरीर पिवळसर तपकिरी ते गडद तपकिरी किंवा काळे असते. शेतामध्ये पिकावरील यजमान अळीच्या शरीरावर अनेक अळ्या आणि पिवळसर किंवा मळकट रंगाचे कोष आढळल्यास ते ब्रॅकॉन या गांधीलमाशीचे असतात.

जीवनक्रम :

- ब्रॅकॉनची मादी गांधीलमाशी यजमान किडींच्या अळीला डंख मारून तिला बेशुद्ध करते. नंतर एका अळीच्या शरीरावर ८ ते १० अंडी घालते. अशा प्रकारे एक गांधीलमाशी १५० ते २०० अंडी घालू शकते. या अंड्यांतून २४ ते ३६ तासांमध्ये अळ्या बाहेर येऊन त्या यजमान किडीच्या अळीला खायला सुरुवात करतात. अशी अवस्था ४ ते ६ दिवसांची असते. त्यानंतर तिथेच यजमान किडीच्या अळीच्या शरीरावर कोषावस्थेत जातात. कोषावस्था ३ ते ७ दिवसांची असते. नंतर कोषातून प्रौढ बाहेर निघतात. प्रौढ १५ ते २५ दिवस जगतात.

पिके :

- कापूस, बटाटा, गहू, नारळ, कोबी, साठवणुकीतील धान्य इत्यादी.

यजमान किडी :

- अमेरिकन बोंड अळी, गुलाबी बोंड अळी, बटाट्यावरील अळी, गव्हावरील खोडकिडा, साठवणुकीतील धान्यावरील पतंगवर्गीय पाने खाणाऱ्या अळ्या, नारळावरील काळ्या डोक्याची अळी, कोबीवरील पाने खाणाऱ्या अळ्या इत्यादी.

वापर :

- कपाशीवरील बोंड अळ्यांच्या व्यवस्थापनासाठी ब्रॅकॉन गांधीलमाशीचे १५०० प्रौढ प्रति हेक्टरी शेतात सोडावेत. नारळावरील काळ्या डोक्याच्या अळीच्या व्यवस्थापनासाठी ५०० प्रौढ प्रति हेक्टरी सोडावेत.

संवर्धन :

- मेलेल्या अळीच्या शरीरावर पांढऱ्या रंगाचे कोष आढळून आल्यास रासायनिक कीटकनाशकांचा वापर टाळावा. एकात्मिक कीड व्यवस्थापनाचा वापर करावा.

परोपजीविकरण करताना प्रौढ

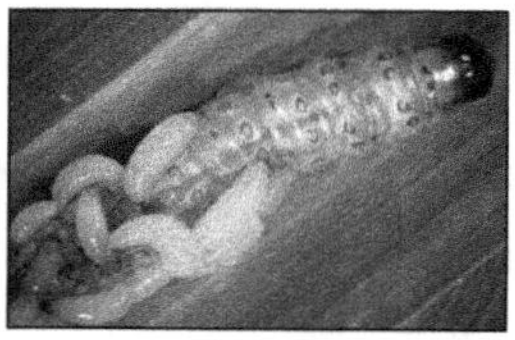

यजमान किडीवर ब्रॅकॉनच्या अळ्या

ब्रॅकॉन प्रौढ माशी

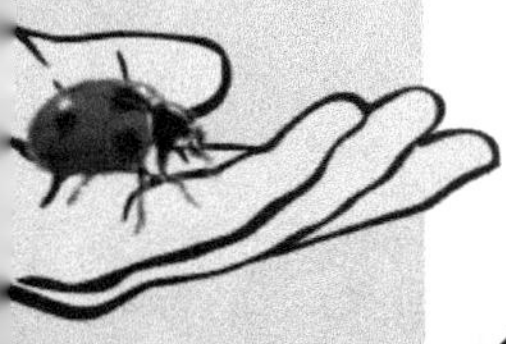

७

माव्यावरील गांधीलमाशी

नाव : माव्यावरील गांधीलमाशी

इंग्रजी नाव : Aphidius

शास्त्रीय नाव : *Aphidius colemani*

कूळ : Braconidae, **गण :** Hymenoptera

ओळख :

- फिडस कोलीमानी ही माव्यावरील महत्त्वाची परोपजीवी गांधीलमाशी असून, जवळपास ४० प्रजातींच्या माव्यावर उपजीविका करते. प्रौढ माशी निमुळत्या शरीराची काळ्या, तपकिरी किंवा पिवळ्या रंगाची असून, पाय तपकिरी असतात. डोक्यावरील मिश्या लांब असतात. प्रौढ माशी २ मि. मी. लांब असते. प्रौढ माश्या २० ते ३० अंश सें. तापमानामध्ये आढळून येतात. तापमान १५ अंश सेल्सिअसच्या खाली गेल्यास परोपजीविकरणाची क्रिया मंदावते. परोपजीविकरण झालेला मावा बदामी रंगाचा दिसतो व एकाच जागी शांत राहतो. अशा माव्याला ‘ममीफईड फीड’, असे म्हणतात. माव्याच्या शरीरात दिलेल्या अंड्यामधून अळी बाहेर निघते. ती माव्याच्या शरीरामध्ये राहून आतील भागावर उपजीविका करते. सुरुवातीस मावा मरत नाही, मात्र जसजशी अफीडसची अळी मोठी होईल तसा मावा मरून जातो. अळी माव्याच्या शरीरात कोषात जाते. प्रौढ बाहेर निघते वेळी माव्याच्या शरीरास गोल छिद्र पाडून बाहेर पडते.

जीवनक्रम :

- प्रौढ माशी आपल्या टोकदार अंडीनलिकेने माव्याच्या शरीरामध्ये अंडी देऊन परोपजीविकरण करते. प्रौढ मादी जीवनकालामध्ये जवळपास १०० मावा परोपजीविकरण करते. त्यापैकी २०० अंड्यांमधून प्रौढ बाहेर पडतात. परोपजीविकरण झालेल्या माव्यामधून १ ते ५ दिवसांत प्रौढ बाहेर पडतात व माव्याच्या शोधात भटकतात.

पिके :

- माव्याचा प्रादुर्भाव आढळून येणारी जवळपास सर्व पिके.

यजमान किडी :

- कपाशीवरील मावा, तंबाखूवरील मावा, पपईवरील मावा, टोमॅटो, काकडीवर्गीय पिके, कोबीवर्गीय पिकावरील मावा, बटाट्यावरील मावा इत्यादी.

आढळ :

- भारत, उत्तर अमेरिका, आफ्रिका इत्यादी देशांत आढळते.

संवर्धन :

- मावा झाडाच्या पानावर चिकट गोड असा द्रव सोडतो, त्यामुळे मुंग्या जमा होतात. जमा झालेल्या मुंग्या अफीडस गांधीलमाशीच्या परोपजीविकरणामध्ये अडथळा निर्माण करतात. अशा मुंग्याचे नियंत्रण करावे. परोपजीविकरण झालेला मावा आढळून आल्यास शक्यतो फवारणी टाळावी. एकात्मिक कीड व्यवस्थापनाचा वापर करावा.

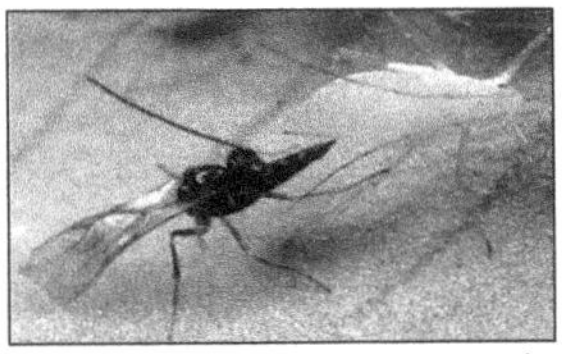

मावा परोपजीविकरण करताना प्रौढ

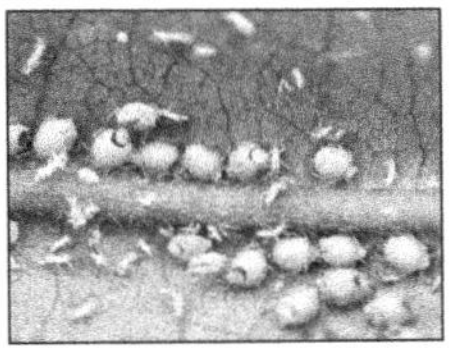

परोपजीविग्रस्त मावा

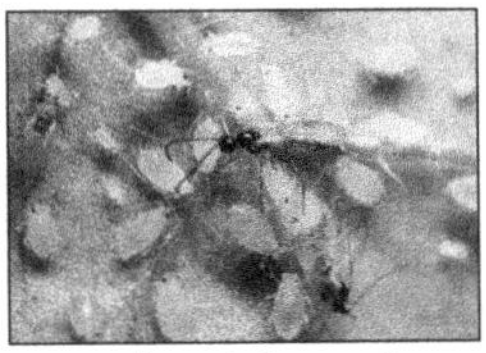

प्रौढ गांधीलमाशी

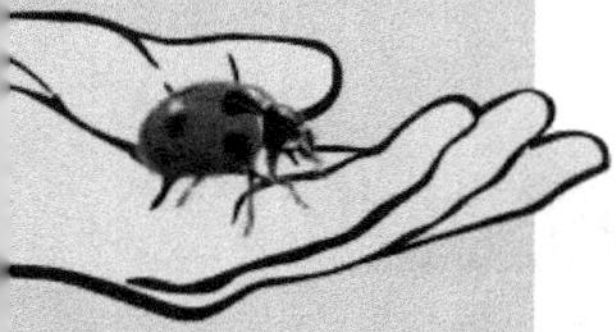

८

कॅम्पोलेटिस गांधीलमाशी

नाव : **कॅम्पोलेटिस गांधील माशी**

इंग्रजी नाव : Campoletis

शास्त्रीय नाव : *Campoletis chlorideae* Uchida

कुळ : Ichneumonidae, **गण :** Hymenoptera

ओळख :

- प्रौढ गांधीलमाशीचे डोके व त्यानंतरचा काही भाग काळा असतो, तर मागील भाग नारंगी पिवळा असतो. मिश्या तपकिरी ते काळ्या असतात. शेतामध्ये मेलेल्या यजमान किडींच्या शेजारी करड्या रंगाचे व त्यावर काळे ठिपके असलेले कोष आढळून येतात.

जीवनक्रम :

- कॅम्पोलेटिसची प्रौढ मादी यजमान किडीची अळी शोधून तिच्या शरीरामध्ये स्वतःची अंडी घालते. ही अंडी व अळी अवस्था यजमान अळीच्या शरीरात पूर्ण होते. पूर्ण वाढलेली अळी यजमान किडीच्या शरीरातून बाहेर निघून तिथेच कोषावस्थे-मध्ये जाते. शेतामध्ये विविध पिकांवर मेलेल्या अळ्या व त्यांच्या शेजारी कॅम्पोलेटिसचे कोष आढळून येतात. नंतर या कोषामधून कॅम्पोलेटिस गांधील माशीचे प्रौढ बाहेर पडतात. कॅम्पोलेटिसचे अंडी व अळी अवस्था ७ ते १९ दिवसांची, तर कोषावस्था ५ ते १० दिवसांची असते. प्रौढ २ ते ३२ दिवस जगू शकतात. एक मादी ३२ ते ४५ अळ्यांवर परोपजीविकरण करते.

यजमान किडी :

- हेलिकोवर्पा आर्मिजेरा (अमेरिकन बोंडअळी, हरभऱ्यावरील घाटेअळी, तुरीवरील शेंगा पोखरणार अळी, करडईवरील बोंड पोखरणारी अळी, सूर्यफूलावरील बोंड अळी), तंबाखुवरील पाने खाणार अळी, बटाट्यावरील पतंगाची अळी, तुती रेशीम अळी इत्यादी.

आढळ :

- भारत, चीन, तैवान या देशांमध्ये आढळतो.

संवर्धन :

- पिकाच्या सुरुवातीच्या काळामध्ये रासायनिक कीटकनाशकांचा वापर टाळावा. एकात्मिक कीड व्यवस्थापनाचा अवलंब करावा.

वापर :

- कॅम्पोलेटिसचे १५ हजार प्रौढ प्रति हेक्टरी सोडावेत. किडीच्या प्रादुर्भावानुसार १ ते ३ वेळा अश प्रकारे प्रौढ सोडावेत.

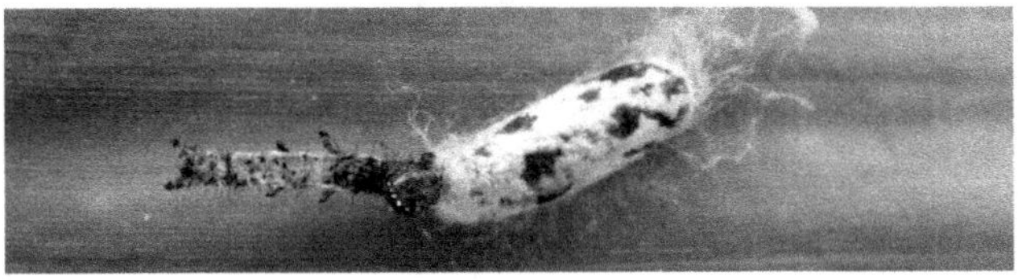

यजमान किडीची मेलेली अळी व कॅम्पोलेटिसचा कोष

■■ कॅम्पोलेटिस गांधीलमाशीविषयी काही महत्त्वाचे...

- *कॅम्पोलेटिस गांधीलमाशी नैसर्गिक कीड व्यवस्थापनामध्ये अत्यंत महत्त्वाची असून, हेलिकोवर्पाच्या सुरुवातीच्या अवस्थेतील अळ्यांची परोपजीवी कीटक आहे.*
- *भारतातील विविध पिकांवरील अभ्यासामध्ये ही गांधीलमाशी हेलिकोवर्पा आर्मिजेराच्या सुमारे ३० ते ७५ टक्के अळ्या परोपजीविग्रस्त करत असल्याचे दिसून आले आहे.*
- *एका प्रयोगामध्ये हेलिकोवर्पाच्या ज्वारीवरील ४४.२ टक्के, हरभऱ्यावरील ३३ टक्के, बाजरीवरील ७२.६ टक्के, भुईमुगावरील ७.१ टक्के व तुरीवरील ४.२ टक्के अळ्या परोपजीविग्रस्त आढळून आल्या आहेत.*

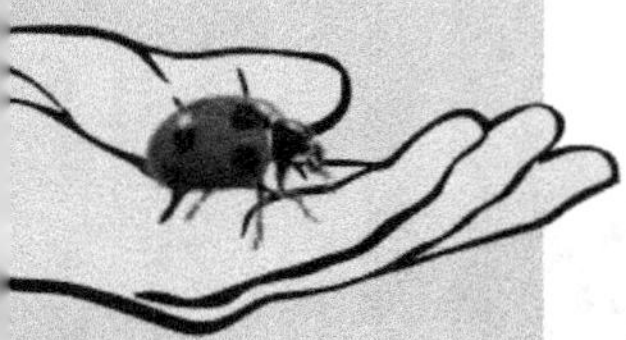

कापूस, भेंडीतील रोगस गांधीलमाशी

नाव : रोगस आलीघारेन्सिस (गांधीलमाशी)

९

इंग्रजी नाव : Rogus

शास्त्रीय नाव : *Rogus aligharensis* Quadri

कूळ : Braconidae, **गण :** Hymenoptera

ओळख :

- प्रौढ गांधीलमाशी लहान तपकिरी रंगाची असते व डोळे काळे असतात. कोष तपकिरी रंगाचे असतात.

जीवनक्रम :

- रोगस या परोपजीवी मित्रकीटकाची मादी यजमान किडीच्या अळीच्या शरीरामध्ये अंडी घालते. या परोपजीवी कीटकाच्या अंड्यातून निघालेली अळी यजमान किडीच्या अळीच्या शरीरात वाढते. त्यामुळे यजमान किडीची अळी मरते व त्यातून रोगसची अळी बाहेर पडते. लगेचच ती कोषावस्थेत जाते. त्यानंतर प्रौढ कोषातून बाहेर पडतात व यजमान किडीची अळी शोधून तिच्या शरीरात अंडी घालतात.

पिके :

- कापूस, भेंडी इत्यादी.

यजमान किडी :

- ठिपक्याची बोंड अळी किंवा भेंडीवरील शेंडे व फळ पोखरणारी अळी, अमेरिकन बोंड अळी किंवा घाटे अळी.

संवर्धन :

- वर्णन केल्याप्रमाणे शेतात कोष आढळल्यास मित्रकीटकाचा आढळ लक्षात घेऊन कीटकनाशकाची फवारणी टाळावी. जैविक कीडनियंत्रणाचा अवलंब करावा.

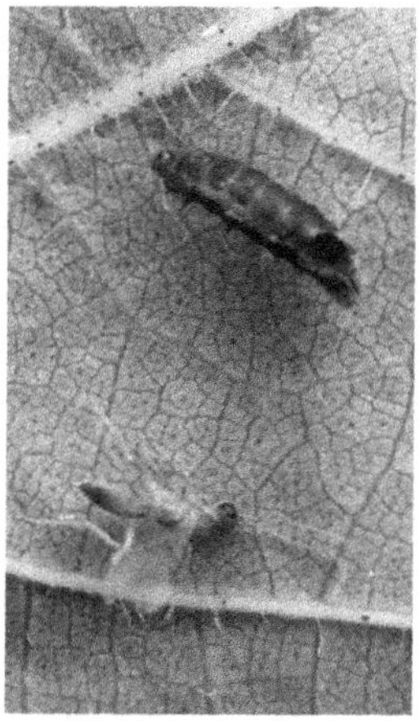

रोगस मित्रकीटकाचा कोषामधून बाहेर निघालेला प्रौढ

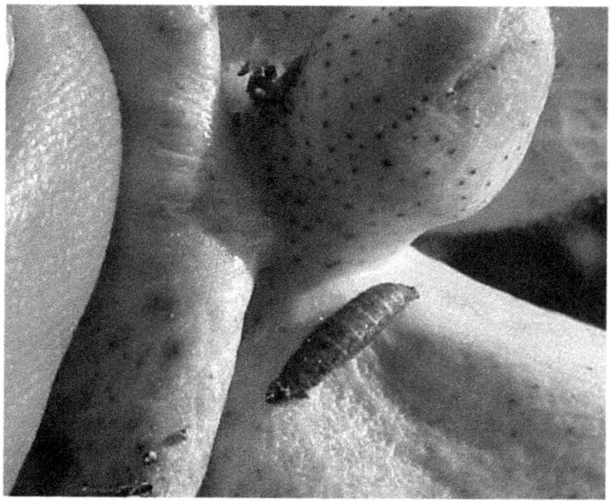

रोगसचा कोष

■

इरेटमोसिरस गांधीलमाशी

१०

नाव : इरेटमोसिरस गांधीलमाशी

इंग्रजी नाव : Eretmocerus

शास्त्रीय नाव : *Eretmoceus* eremicus

कुळ : Aphelinidae, **गण :** Hymenoptea

ओळख :

- इरेटमोसिरस गांधीलमाशी पांढऱ्या माशीवरील महत्त्वाची परोपजीवी मित्रकीटक आहे. ही पांढऱ्या माशीच्या विविध प्रजातीवर उपजीविका करते. प्रौढांच्या संख्येमध्ये मादीचे प्रमाण अधिक असल्याने परोपजीविकरणाचे प्रमाण वाढते. प्रौढ मादी १ मि. मी. लांब, डोळे हिरव्या रंगाचे व शरीर पिवळ्या रंगाचे असते.

जीवनक्रम :

- प्रौढ मादी आपल्या टोकदार अंडनलिकेने यजमान किडीच्या पिल्लावस्थेमध्ये आपली अंडी घालते. चार दिवसांनंतर अंड्यांमधून इरेटमोसिरसची अळी बाहेर येऊन यजमानाच्या शरीरांतर्गत भागावर उपजीविका करते. अळी १२ दिवसांनंतर कोषामध्ये जाते. कोषामधून बाहेर पडलेला प्रौढ ६ ते १२ दिवस जिवंत राहतो. प्रौढ मादी रोज ३ ते ५ अंडी घालते.

पिके :

- टोमॅटो, वांगी, काकडीवर्गीय पिके, कपाशी, भेंडी इ. पिकांवरील पांढऱ्या माशीच्या पिलावर उपजीविका करतो.

यजमान किडी :

- पांढरी माशी

संवर्धन :

- कीटकनाशकांचा अतिरेकी वापर टाळावा. जैविक कीडनियंत्रण पद्धतीचा अवलंब करावा.

इरेटमोसिरस गांधीलमाशीचा प्रौढ

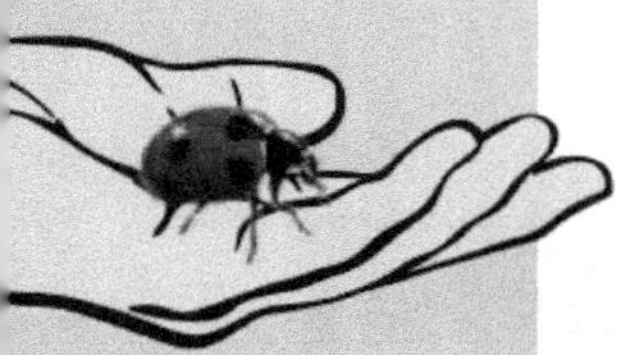

इनकार्सिया फोरमोसा

११

नाव : **इनकार्सिया फोरमोसा**

इंग्रजी नाव : Encarsia

शास्त्रीय नाव : *Encarsia formosa*

कुळ : Aphelinidae, **गण :** Hymenoptera

ओळख :

- इनकार्सिया ही पांढऱ्या माशीवरील महत्त्वाची परोपजीवी गांधीलमाशी आहे. ती सुमारे १५ प्रकारच्या पांढऱ्या माशीच्या प्रजातीवर उपजीविका करते. या गांधीलमाशीच्या एकूण संख्येपैकी मादीचे प्रमाण ९८ टक्के असल्याने परोपजीविकरणाचे प्रमाण वाढते. प्रौढ मादी अतिशय लहान असून १ मि. मी. लांब, डोके व शरीर तपकिरी किंवा काळ्या रंगाचे असते. तसेच शरीराचा मागील भाग गर्द पिवळ्या रंगाचा असतो. प्रौढ मादी आपल्या टोकदार अंडनलिकेने यजमान किडीच्या पिल्लावस्थेमध्ये आपली अंडी घालते. अशा परोपजीविग्रस्त पांढऱ्या माशीच्या पिल्लामध्ये राहून इनकार्सियाची अळी यजमानाच्या शरीराच्या आंतरभागावर उपजीविका करते. अशी परोपजीविग्रस्त पांढऱ्या माशीची पिल्ले एक आठवड्यानंतर काळी पडतात. त्यामधून गांधीलमाशीचा प्रौढ बाहेर पडतो.

जीवनक्रम :

- प्रौढ इनकार्सिया मादी एका दिवसामध्ये ८ ते १० अंडी घालते. एका जीवनक्रमामध्ये ३०० अंडी घालते. पांढऱ्या माशीने सोडलेल्या गोड चिकट द्रववार प्रौढ इनकार्सिया उपजीविका करतो. एक जीवनक्रम पूर्ण होण्यास जवळपास एक महिन्याचा कालावधी लागतो.

पिके :

- टोमॅटो, वांगी, काकडीवर्गीय पिके, कपाशी, भेंडी इत्यादी पिकावरील पांढऱ्या माशीच्या पिल्लांवर उपजीविका करतो.

यजमान किडी :

- पांढरी माशी.

संवर्धन :

- शेतामध्ये परोपजीविग्रस्त पांढऱ्या माशीची पिल्ले काळी पडलेली आढळून आल्यास कीटकनाशकाची फवारणी टाळावी. जैविक कीडनियंत्रणाचा अवलंब करावा. अझाडीरेक्टीन, अबामेक्टीन, बुप्रोफेझीन ही कीटकनाशके या मित्रकीटकास जास्त हानिकारक नाहीत.

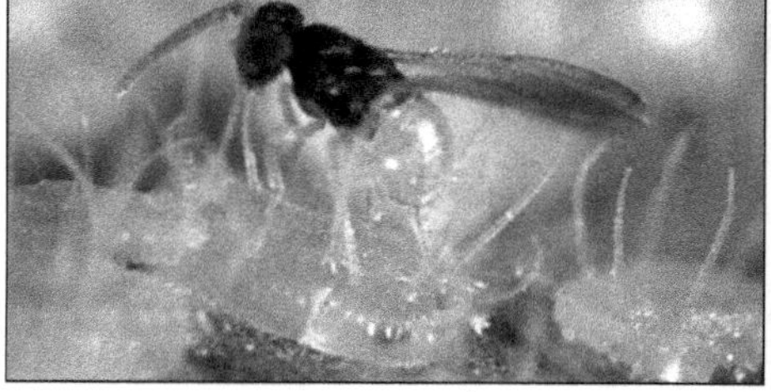

इनकार्सिया प्रौढ

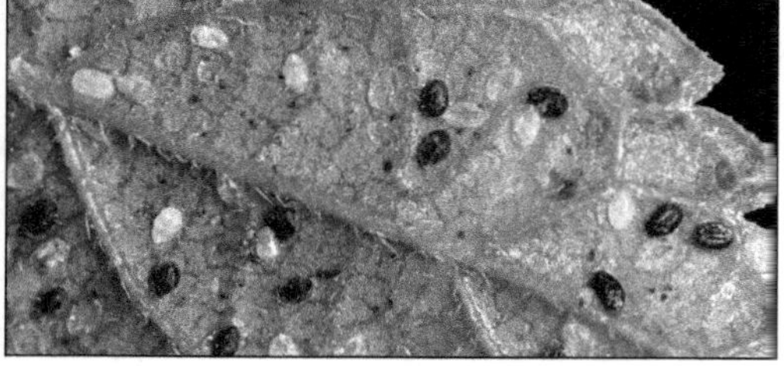

इनकार्सियामुळे पांढऱ्या माशीची परोपजीविग्रस्त पिल्ले

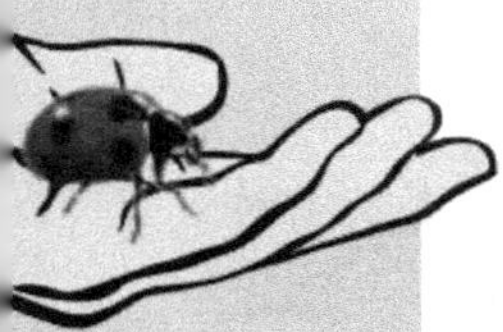

गोनिओझस

१२

नाव : गोनिओझस

इंग्रजी नाव : Goniozus

शास्त्रीय नाव : *Goniozus nephantidis*

कुळ : Bethylidae, **गण :** Hymwnoptera

ओळख :

- नारळावरील काळ्या डोक्याची अळी या नुकसानकारक किडीवर जगणारा गोनिओझस हा महत्त्वाचा परोपजीवी कीटक आहे. प्रौढ मादी ३.४ ते ३.९ मि.मी. लांब असून पुढील पंखाचा विस्तार २.२ ते २.५ मि.मी. रुंद असतो. शरीर काळ्या रंगाचे व पाय तपकिरी रंगाचे असतात. पंख पारदर्शक असून, त्यावर तपकिरी ठिपके असतात. प्रौढ नर व मादी सारखेच दिसत असून, आकाराने लहान असतात.

जीवनक्रम :

- प्रौढ मादी नारळावरील काळ्या डोक्याच्या अळीचा शोध घेते. आपल्या टोकदार अंडनलिकेने यजमान किडीच्या अळी अवस्थेमध्ये आपली अंडी घालते. बऱ्याच वेळा प्रौढ मादी अंडी देण्यापूर्वी यजमान किडीच्या शरीरामधील द्रवाचे शोषण करते. प्रौढ मादी एका अळीच्या शरीरामध्ये १ ते १५ अंडी घालते. अंडी दिसायला मोत्यासासारखी दिसतात. १ ते २ दिवसांत त्यातून अळ्या बाहेर पडतात. यजमान अळीच्या शरीरामध्ये राहून ३ ते ४ दिवस उपजीविका करतात. कोष अवस्था ही पाच दिवसांची असून, यजमान अळीच्या शरीरावरच असते. कोष पांढऱ्या रंगाचे असतात. एक जीवनक्रम पूर्ण होण्यास १२ ते १५ दिवसांचा कालावधी लागतो.

पिके :

- नारळ

यजमान किडी :

- नारळावरील काळ्या डोक्याची अळी.

आढळ :

- भारतामध्ये नारळ लागवड करणाऱ्या दक्षिणेकडील राज्यांमध्ये आढळते. उदा. आंध्र प्रदेश, कर्नाटक, केरळ व तामिळनाडू.

संवर्धन :

- कीटकनाशकाचा अतिरेकी वापर टाळावा. जैविक कीडनियंत्रणाचा अवलंब करावा.

गुणन :

- प्रयोग शाळेमध्ये तांदळावरील पतंगाच्या अळीवर या मित्रकीटकाचे गुणन करता येते.

वापर :

- गोनिओझसचे १० प्रौढ प्रति नारळाच्या पोंग्यामध्ये ४ वेळा सोडतात.

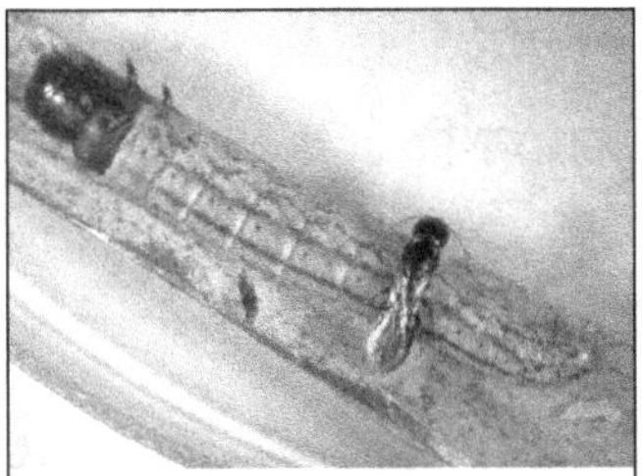

यजमान अळीच्या शरीरावर गोनिओझसचा प्रौढ

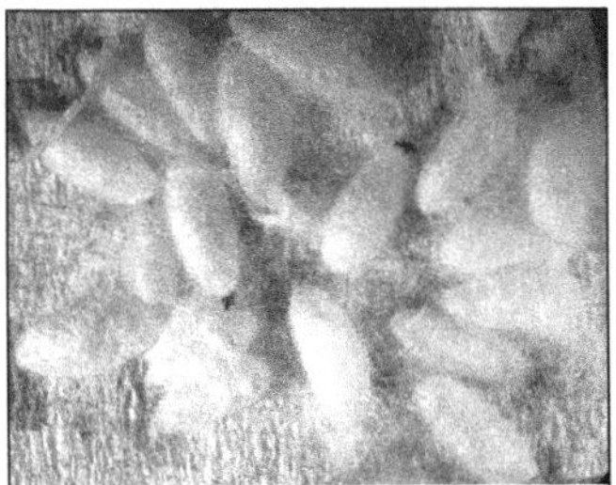

गोनिओझसचे कोष

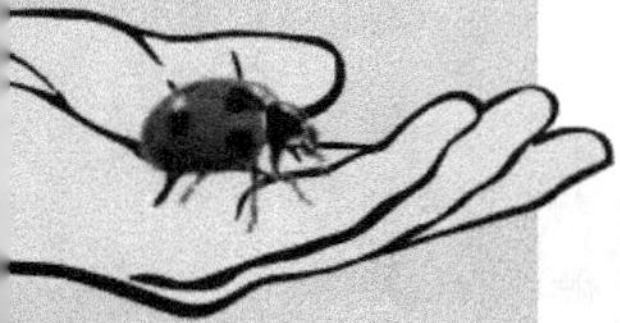

टॅकनिड माशी

१३

नाव : टॅकनिड माशी

इंग्रजी नाव : Tachinid fly

शास्त्रीय नाव : *Eucelatoria bryani*

कूळ : Tachinidae, **गण :** Diptera

ओळख :

- प्रौढ माशी ३ ते १४ मि.मी. लांब असून, घरातील माशीसारखी दिसते. टॅकनिड माशीच्या १५०० प्रजाती आढळतात. प्रौढ माशी यजमान अळीच्या शरीरावर आपली अंडी घालते किंवा यजमान किडीच्या खाद्य पदार्थावर अंडी घालते. अंड्यातून निघालेली अळी यजमान अळीच्या शरीरात प्रवेश करते. शरीरांतर्गत पदार्थावर उपजीविका करते. या क्रियेमध्ये यजमान अळी मरण पावते किंवा कोषावस्थेत जात नाही. टॅकनिड अळीची अवस्था पूर्ण झाल्यावर यजमान अळीचे शरीर बधिर पडते व लगेच कोषात जाते. अळी पांढऱ्या रंगाची असून, शरीर आखूड असते. कोष विटकरी रंगाचे अंडगोल आकाराचे असतात. परोपजीवी करण्याच्या क्रियेमध्ये अळी अवस्था यजमान किडीच्या अळीमध्ये पूर्ण होते.

जीवनक्रम :

- प्रजातीनुसार टॅकनिड माशीच्या जीवनक्रमात फरक पडतो. अळी अवस्था ४ ते १४ दिवसांची, कोष अवस्था १ ते २ आठवड्यांची, प्रौढ अवस्था २ ते ३० दिवसांची असते तर अंडी अवस्था २ ते ३ दिवसांची असते. एक जीवनक्रम पूर्ण होण्यास ३ ते ४ आठवड्यांचा कालावधी लागतो. प्रौढ माश्या फुलांच्या परागकणांवर तसेच माव्याच्या सोडलेल्या गोड चिकट द्रवावर उपजीविका करतात.

यजमान किडी :

- तंबाखूवरील पाने खाणारी, घाटे अळी इत्यादी पतंगवर्गीय किडींवर आढळते.

मेलेल्या यजमान अळीतून निघालेला कोष व प्रौढ टॅकनिड

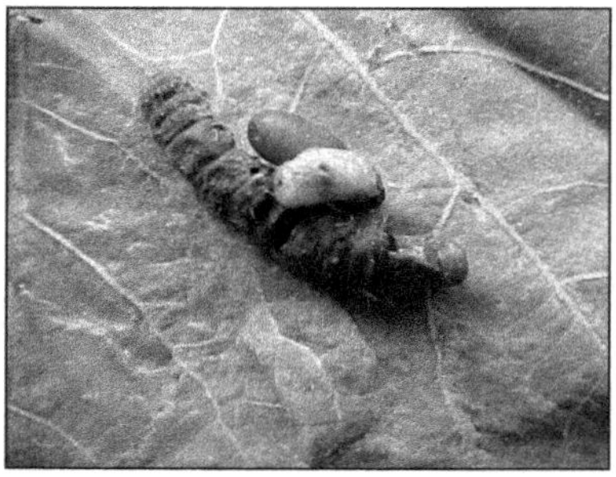

मेलेल्या यजमान अळीतून निघालेला टॅकनिड माशीचा कोष व अळी

■

इपिरिकॅनिया

१४

नाव : **इपिरिकॅनिया**

इंग्रजी नाव : Epiricania

शास्त्रीय नाव : *Epiricania melanoleuca* (Fletcher)

कुळ : Epipyropidac, **गण :** Lepidoptera

ओळख :

इपिरिकॅनिया प्रौढ

- इपिरिकॅनिया उसावरील पाकोळीचा महत्त्वाचा परोपजीवी मित्रकीटक असून, उसावरील पाकोळीच्या पिल्लावस्थेवर उपजीविका करते. या मित्रकीटकाची अळी पाकोळीच्या पिल्लाच्या शरीरावर दिसते. अळी मृदू शरीराची, पांढऱ्या मेणाचे आवरण असलेली दिसते. कोष पांढरे, जहाजाच्या आकाराचे सपाट असून, उसाच्या पानांवर चिकटलेले दिसतात. प्रौढ मादी व नर त्रिकोणी आकाराचे गर्द तपकिरी किंवा काळ्या रंगाचे असतात. डोक्यावरील मिश्या नारळाच्या पानाप्रमाणे दिसतात.

जीवनक्रम :

- हा मित्रकीटक पाकोळीच्या पिल्लांवर शरीराच्या बाहेर राहून उपजीविका करतो. अंडी लहान भगरीच्या आकाराची एका गुच्छामध्ये उसाच्या पानांवर दिलेली असतात. अळी निमुळत्या शरीराची असते. तिचे शरीर पांढऱ्या मेणाने आच्छादलेले असते. एका यजमान किडीवर एकापेक्षा जास्त अळ्या आढळून येतात. अळी अवस्था पूर्ण झाल्यावर उसाच्या पानावर पांढऱ्या आवरणामध्ये कोषात जातात. कोष अवस्था पूर्ण झाल्यावर कोषातून प्रौढ बाहेर पडतात. अळी यजमान किडीच्या शरीराचे आवरण तोडून आतील द्रवशोषण करतात.

यजमान पिके :

- ऊस, गहू, ज्वारी इत्यादी तृणधान्य पिके.

आढळ :

- ऊस लागवड करणाऱ्या सर्व देशांमध्ये आढळतो. भारतामध्ये अधिकतर उत्तर भारतामध्ये आढळतो.

वापर :

- १०,००० कोष किंवा ५००० कोष अधिक ५ लाख अंडी प्रति हेक्टरी वापरावे.

इपिरिकॅनियाची अंडी

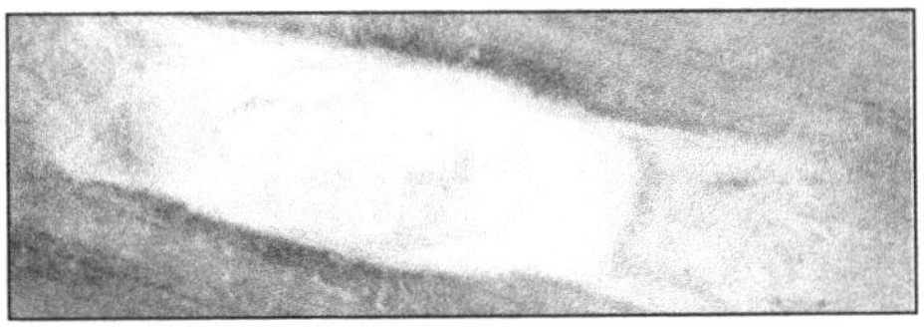

इपिरिकॅनियाचा कोष

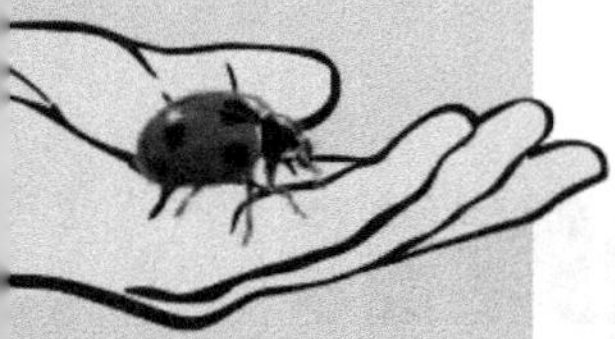

ॲनागायरस प्रजाती

नाव : ॲनागायरस प्रजाती

इंग्रजी नाव : Anagyrus

शास्त्रीय नाव : *Anagyrus* sp.

कूळ : Encyrtidae, **गण :** Hymenoptera

१५

ओळख :

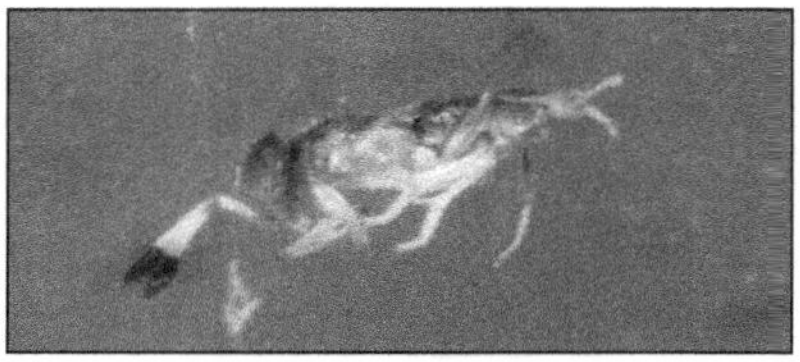

- या गटामध्ये जवळपास २४७ प्रजाती असून, महत्त्वाच्या १३ प्रजाती परोपजीविकरणामध्ये महत्त्वाची भूमिका पार पाडतात. प्रौढाची लांबी ०.५० ते ३ मि.मी. असून, डोके व शरीर पिवळसर तपकिरी रंगाचे असते. पंख पारदर्शक असतात. प्रौढ मादी पूर्ण वाढ झालेल्या पिठ्या ढेकणावर आपली अंडी घालते. अंड्यांतून निघालेली अळी पिठ्या ढेकणाच्या शरीरात राहून उपजीविका करते. तिथेच कोषात जाते. अळी अवस्था ही यजमान किडीच्या शरीरात पूर्ण होते. प्रौढ मृत पिठ्या ढेकणाचे आवरण तोडून बाहेर पाडतात. अंडी देण्यासाठी नवीन पिठ्या ढेकणाचा शोध घेतात. अंडी ते प्रौढ अवस्था पूर्ण होण्यास एक महिन्याचा कालावधी लागतो. प्रौढ मादी जवळपास ५० अंडी घालते. अंड्यांतून ३ ते ४ दिवसांतून अळी बाहेर पडते.

जीवनक्रम :

- कोष अवस्था ही १५ ते ५० दिवसांची असते. एका वर्षामध्ये २० ते २५ पिढ्या पूर्ण होतात. यजमान किडीच्या उपलब्धतेनुसार व वातावरणानुसार या किडीच्या जीवनक्रमामध्ये फरक पडतो.

पीक :

- पिठ्या ढेकणाचा प्रादुर्भाव आढळून येणाऱ्या सर्व पिकांवर आढळून येतात.

यजमान किडी :

- पिठ्या ढेकूण, खवले कोड

संवर्धन :

- ज्या ठिकाणी मित्रकीटक अधिक क्रियाशील आहेत, अशा ठिकाणी रासायनिक कीटकनाशकांच वापर टाळून जैविक कीटकनाशके- उदा.- व्हर्टिसिलियम लेकॅनी, मेटारायझीम अनिसोप्ली- वापरावीत.

■

ॲनॅशियस प्रजाती

नाव : ॲनॅशियस प्रजाती

१६

इंग्रजीनाव : Aenasius

शास्त्रीय नाव : *Aenasius* sp.

कूळ : Encyrtidae, **गण :** Hymenoptera

ओळख :

- ॲनॅशियस ही ॲनॅशियस प्रजातीपैकी महत्त्वाची परोपजीवी आहे. प्रौढ मादी १.५६ ते २.२२ मि.मी. लांबीची, चमकदार काळ्या शरीराची असून, डोळे मोठे असतात. हा मित्रकीटक कपाशीवरील पिठ्या ढेकणाचा महत्त्वाचा शत्रू असून, पिठ्या ढेकणाच्या संख्येत मोठ्या प्रमाणावर परोपजीविकरण करून घट करतो. नर मादीपेक्षा आकाराने लहान असतो. डोक्यावरील मिश्या पिवळसर तपकिरी रंगाच्या असतात. शेतामध्ये परोपजीविग्रस्त पिठ्या ढेकणामध्ये या मित्रकीटकाचे कोष आढळून येतात. कोष विटकरी रंगाचे गोलाकार असून, ज्या ठिकाणी पिठ्या ढेकणाचा प्रादुर्भाव आहे त्या ठिकाणीच असतात. प्रौढाचे पंख पारदर्शक असतात. अळी पिठ्या ढेकणाच्या शरीरात राहून उपजीविका करत असल्याने ही अवस्था दिसत नाही. या गटातील अन्य दोन महत्त्वाचे परोपजीवी मित्रकीटक ॲनॅशियस डव्हेनिया व इंडिकस हेदेखील पिठ्या ढेकणाचे नियंत्रण करण्यात मोलाची भूमिका निभावतात. डव्हेनिया प्रजातीचा प्रौढ अतिशय लहान असून, डोके हिरव्या रंगाचे असते व शरीर अंडगोलाकाराचे असून, डोक्यावरील मिश्या जाड असतात. इंडिकस या प्रजातीचे प्रौढ काळ्या रंगाचे असून, पंख पारदर्शक असतात.

जीवनक्रम :

- ॲनॅशियस बंबावली या प्रजातीमुळे परोपजीविकरण झालेल्या पिठ्या ढेकणाचे ४ ते ७ दिवसांत तपकिरी रंगात रूपांतर होते. अशा परोपजीविग्रस्त पिठ्या ढेकणाला 'ममीफाइड मिलिबग' म्हणून ओळखतात. कोष अवस्था ५ ते ८ दिवसांची असते. कोषाच्या आवरणाला छिद्र पाडून प्रौढ बाहेर पडतात. प्रौढ नर ४ ते ८ दिवस जिवंत राहतात, तर मादी ९ ते १७ दिवस जिवंत राहते. परोपजीविकरणापासून प्रौढ निघेपर्यंत १२ ते १७ दिवसांचा कालावधी लागतो. प्रौढ मादी आपल्या आयुष्यामध्ये जवळपास १६५ पिठ्या ढेकणांचे परोपजीविकरण करते.

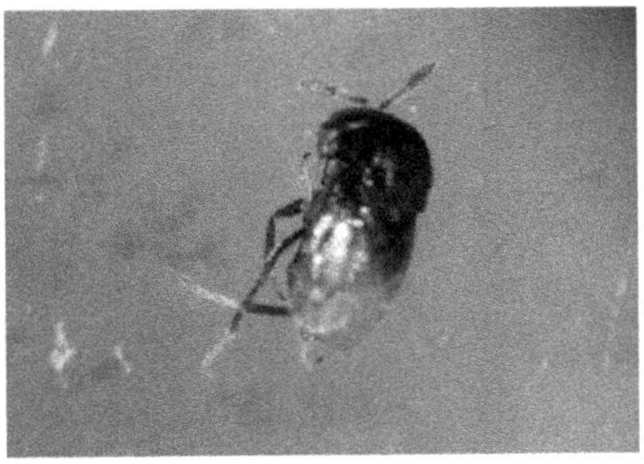

ॲनॅशियस प्रौढ

ॲनॅशियसमुळे परोपजीविग्रस्त पिठ्या ढेकूण

यजमान किडी :

- ॲनॅशियस बंबावली हा फक्त कपाशीवरील फिनकोकस सोलनॉपसीस या प्रजातीच्या पिठ्या ढेकणावर उपजीविका करतो, तर डव्हेनिया व इंडिकस या प्रजाती जवळपास सर्व प्रजातीच्या पिठ्या ढेकणांवर उपजीविका करतात.

संवर्धन :

- ज्या ठिकाणी मित्रकीटक अधिक क्रियाशील आहेत, अशा ठिकाणी रासायनिक कीटकनाशकांचा वापर टाळून जैविक कीटकनाशके- उदा.- व्हर्टिसिलियम लेकॅनी, मेटारायझिम अनिसोप्ली- वापरावीत. जैविक कीटकनाशकांचा वापर वातावरणात आर्द्रता अधिक असताना करावा किंवा मित्रकीटकास कमी हानिकारक असलेल्या रासायनिक कीटकनाशकांचा (उदा.- ब्युप्रोफेंझिन) वापर करावा.

■■ *कपाशी पिकाला वाचवले...*

५ ते ६ वर्षांपूर्वी महाराष्ट्रामध्ये कपाशीमध्ये पिठ्या ढेकणाचा मोठा प्रादुर्भाव आढळून आला होता. त्याच्या नियंत्रणामध्ये ॲनॅशियस बंबावली या प्रजातीचा वाटा मोठा आहे. हा मित्रकीटक कपाशीवर नैसर्गिकरीत्या आढळून आल्यामुळे पिठ्या ढेकूण बऱ्याच प्रमाणात आटोक्यात आला.

■

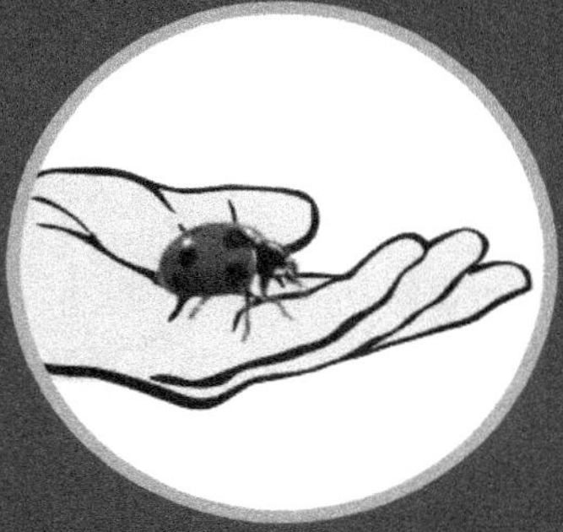

अन्य मित्रकीटक

याआधी आपण नुकसानकारक किडींवर उपजीविका करणाऱ्या परोपजीवी व परभक्षी मित्रकीटकांची माहिती घेतली. या भागात आपण तणावर उपजीविका करणारे मित्रकीटक, रेशीम अळी आणि मधमाशी अशा शेतकऱ्यांना उपयोगी पडणाऱ्या मित्रकीटकांची माहिती घेऊ.

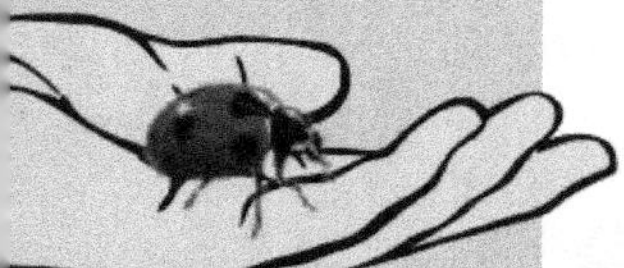

तणावर उपजीविका करणारा : झायगोग्रामा भुंगा

१

नाव : मेक्सिकन किंवा झायगोग्रामा भुंगा

इंग्रजी नाव : Mexican/Zygogrammabeetle

शास्त्रीय नाव : *Zygogramma bicolorata*

कुळ : Chrysomelidae, **गण :** Coleoptera

ओळख :

झायगोग्रामा गाजर गवत खाताना

- या किडीचे प्रौढ भुंगे मळकट पांढरे असून, त्यावर काळसर रंगाच्या सरळ आणि नागमोडी रेषा असतात. या रेषा त्रिशूलाकार असल्यामुळे काही ठिकाणी यांना 'त्रिशूल भुंगे', असेही म्हणतात.
- प्रौढ भुंगे आकाराने मध्यम, ६ मि.मी. लांब असून, मादी भुंगे नरापेक्षा आकाराने मोठे असतात. अंड्यांतून बाहेर निघालेल्या अळ्या गाजर गवतावरील शेंड्याची पाने खातात. प्रथम अळ्या शेवटच्या कळ्या, सहकळ्या आणि नंतर पानांच्या कडेने खातात. तरुण अळ्या झाडाची वाढ आणि फुले येण्याचे थांबवतात. पूर्ण वाढलेल्या अळ्या रंगाने पिवळ्या पडतात. कसलीही हालचाल न करता जमिनीवर कोषावस्थेत जाण्यासाठी पडतात. कोषांमधून ९ ते १० दिवसांनी भुंगे जमिनीतून निघतात. पावसाळ्यात जून ते ऑक्टोबरपर्यंत भुंगे गाजर गवत फस्त करतात. भुंगे आणि अळ्या फक्त गाजर गवतावरच जगतात. गाजर गवत उपलब्ध नसल्यास भुंगे जमिनीत सुप्तावस्थेत जातात. नोव्हेंबरनंतर भुंगे जमिनीत सात ते आठ महिने दडून बसतात आणि पुढील

अंडी

अळी

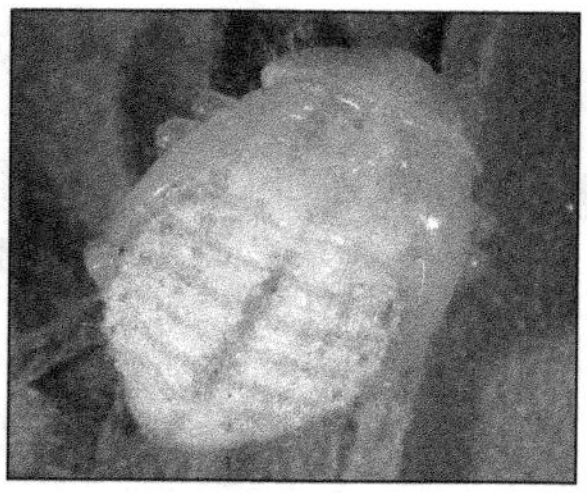

कोष

प्रौढ

वर्षी पावसाळ्यात सुरुवातीच्या पावसानंतर जमिनीतून निघून गाजर गवताचा नाश करण्यास सुरुवात करतात.

- भुंगे व अळ्यांची गाजर गवत खाण्याची गती कमी असल्यामुळे आणि गाजर गवताची वाढ लवकर होत असल्यामुळे गाजर गवताचे ताबडतोब नियंत्रण दिसून येत नाही, परंतु अन्नसाखळीतील घटक असल्यामुळे हे भुंगे महत्त्वाचे आहेत.

जीवनक्रम :

- मादी भुंगे वेगवेगळे अथवा गुच्छांत पानांच्या खालील बाजूवर साधारणपणे दोन हजार अंडी घालतात. अंड्यांचा रंग फिकट पिवळा असून, अंड्यांतून अळ्या बाहेर पडण्याच्या वेळी लालसर होतात. अंडी अवस्थेचा कालावधी ४ ते ६ दिवसांचा असून, अळ्यांच्या चार अवस्था १० ते ११ दिवसांत पूर्ण होतात, तर कोषावस्था ९ ते १० दिवसांची असते. या भुंग्याचा एकूण कालावधी २ ते ३ महिन्यांचा असून, ते गाजर गवताच्या पानांवर उपजीविका करतात.

असा झाला प्रसार :

- *मूळ मेक्सिको येथील गाजर गवतावर उपजीविका करणारा हा झायगोग्रामा भुंगेरा मेक्सिकोतून आयात करण्यात आला. म्हणूनच या भुंग्याला 'मेक्सिकन भुंगा' असेही म्हणतात. गाजर गवताचे मूळ स्थान उत्तर अमेरिकेतील मेक्सिको असून, जगातील अन्य देशांत मेक्सिकोतून आयात झालेल्या गहू धान्यामधून गाजर गवताचा प्रसार झालेला आहे. भारतामध्ये सर्वप्रथम हे गाजर गवत पुणे येथे १९५५मध्ये आढळून आले. त्यानंतर या तणाचा झपाट्याने सर्वदूर प्रसार झाला.*
- *गाजर गवत हे बहुतेक पडीक जमिनीत शहरातील मोकळ्या जागेत, औद्योगिक वसाहती, महामार्ग, रेल्वे मार्ग, राज्य मार्ग आणि महामार्गाच्या दुतर्फा, नदी, नाले, तलाव, डबके इत्यादी. ठिकाणी मोठ्या प्रमाणात आढळून येते. तसेच शेतातील जवळपास सर्वच पिकांमध्येसुद्धा आढळून येते.*
- *गाजर गवताच्या उच्चाटनासाठी शेतात प्रति हेक्टरी ५०० भुंगे सोडल्यास हे भुंगे स्थिर होऊन गाजर गवताचे प्रभावी नियंत्रण करतात. शक्यतोवर मनुष्यप्राण्याचा अडथळा होणार नाही अशी जागा भुंगे सोडण्यासाठी निवडावी. हे भुंगे एखाद्या वातावरणात, ठिकाणी स्थिर झाले, की पुढच्या वर्षी पुन:पुन्हा भुंगे सोडण्याची गरज पडत नाही. झायगोग्रामामुळे मनुष्यप्राण्याला कोणताही त्रास होत नाही. प्रतिकूल परिस्थितीतसुद्धा झायगोग्रामामुळे गाजर गवताचे प्रभावी नियंत्रण पाहावयास मिळते.*
- *१९८६मध्ये गाजर गवताच्या नियंत्रणासाठी झायगोग्रामा/ मेक्सिकन भुंगे कृषी कीटकशास्त्र विभाग, वसंतराव नाईक मराठवाडा कृषी विद्यापीठ, परभणी येथे आणून त्यांचे गुणन करून शेतामध्ये सोडले होते. त्याचे निष्कर्ष चांगले मिळाले होते.*
- *परभणी येथे विद्यापीठाच्या कीटकशास्त्र विभागामध्ये ऑगस्टपर्यंत हे भुंगे विक्रीस उपलब्ध असतात. याचा दर १ भुंगा प्रति १ रुपया असा आहे.*

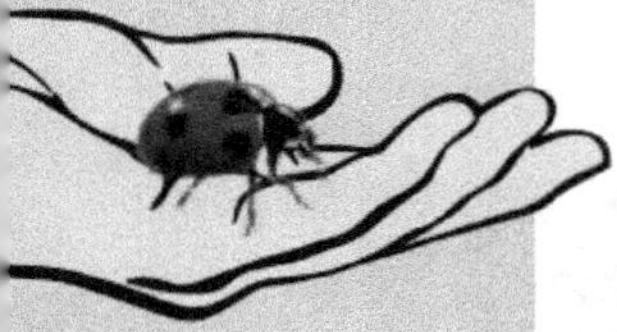

२ कोचीनियल ढेकूण

नाव : कोचीनियल ढेकूण

इंग्रजी नाव : cochineal bug

शास्त्रीय नाव : *Dactylopius* sp.

कूळ : Coccidae, **गण :** Hemiptera

ओळख :

- कोचीनियल हा मित्रकीटक पिठ्या ढेकणाच्या कुळातील असून, निवडुंगाच्या झाडावर उपजीविका करतो. दिसायला पिकावरील पिठ्या ढेकणासारखा दिसतो. प्रौढ मृदू शरीराचा, पंखविरहित, ३ मि.मी. लांब असतो. प्रौढ व पिल्ले समूहात झाडाच्या पानांवर राहून आपल्या टोकदार तोंडाच्या सोंडेने पानाच्या आतील द्रव शोषून घेतात. प्रौढ मादी अंडी न देता सरळ पिल्लांना जन्म देते. प्रौढ व पिलाच्या शरीरावर मेणाचे आवरण असून, पांढऱ्या रंगाचे असतात. एक जीवनक्रम पूर्ण होण्यास एक महिन्याचा कालावधी लागतो.

भक्ष्य वनस्पती :

- निवडुंग.

आढळ :

- निवडुंगाच्या विविध प्रजातींवर आढळून येतात.

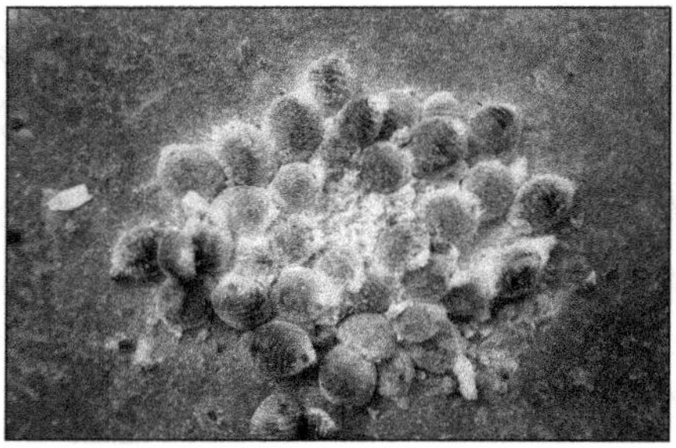

कोचीनियल

■■ *अधिक माहिती :*

कोचीनियल हा निवडुंगाच्या झाडावर उपजीविका करणारा महत्त्वाचा कीटक असून, भारतामध्ये१७ व्या शतकापासून रंग बनवण्यासाठी याचा वापर केला जात होता. मात्र कृत्रिम रंग बाजारात आल्यापासून याचा उपयोग कमी झाला. हा निवडुंगाच्या झाडावर उपजीविका करत असल्याने महत्त्वाचा आहे.

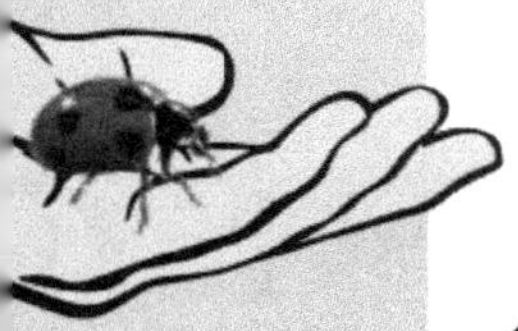

निओचीटिना भुंगे

३

नाव : **निओचीटीना भुंगे**

इंग्रजी नाव : Water hyacinth weevils

शास्त्रीय नाव : *Neochetina bruchi*

कूळ : Curculionidae, **गण :** Coleoptera

ओळख :

- हा मित्रकीटक भारतामध्ये प्रथम १९८३मध्ये पान वनस्पती तणाचे नियंत्रण करण्यासाठी आणण्यात आला. प्रौढ भुंगे ३.५ ते ४.५ मि.मी. लांब तपकिरी किंवा विटकरी रंगाचे असून त्यांचे पाय लांब असतात. प्रौढ मादी झाडाच्या पेशीमध्ये आपली अंडी घालते. मादी कोवळ्या पानामध्ये किंवा देठामध्ये छिद्र पाडून एक एक अशी अंडी घालते. अळी पांढऱ्या रंगाची असून, डोके पिवळ्या किंवा विटकरी रंगाचे असते. अळीला पाय नसतात. पूर्ण वाढ झालेली अळी ८ ते ९ मि.मी. लांब असते. अळी पानावर व देठावर उपजीविका करते. त्यामुळे कोवळी पाने व शेंडा नष्ट होतो. कोष पांढऱ्या रंगाचे असून, झाडाच्या मुळाजवळ असतात.

जीवनक्रम :

- अंड्यातून ७ ते १७ दिवसांत अळी बाहेर पडते. अळीच्या तीन अवस्था असतात. अळी अवस्था ३६ ते ९० दिवसांची तर कोषावस्था ७ ते ९ दिवसांची असते. कोषामधून निघालेला प्रौढ सहा दिवसांनंतर अंडी देण्यास सुरुवात करतो. एक जीवनक्रम पूर्ण होण्यास ५६ ते ९४ दिवसांचा कालावधी लागतो. प्रौढ मादी जवळपास २०० अंडी देते.

भक्ष्य वनस्पती :

- वॉटर हायसिन्थ ही पाण वनस्पती.

आढळ :

- वॉटर हायसीनिथ हे तण तलाव, भाताची शेते किंवा पाण्याचा साठा असलेल्या ठिकाणी आढळते. हे मित्रकीटक भारतामध्ये महाराष्ट्र, केरळ, पंजाब, तामिळनाडू, कर्नाटक, गुजरात, आंध्र प्रदेश इत्यादी राज्यांत आढळतात.

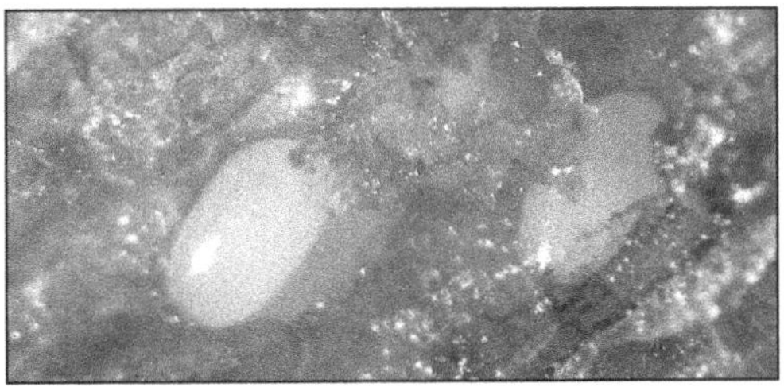

अंडी

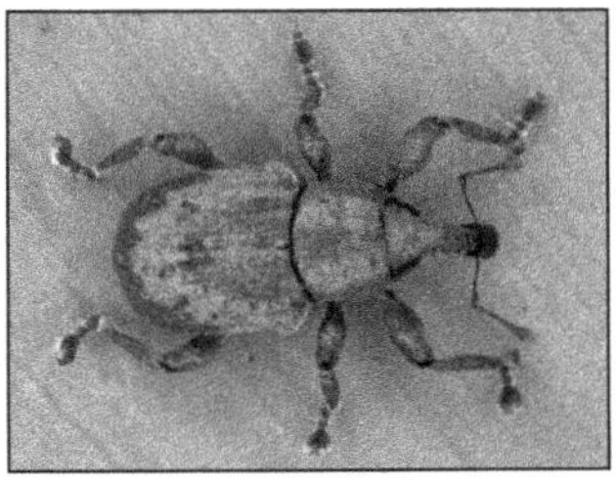

प्रौढ भुंगा

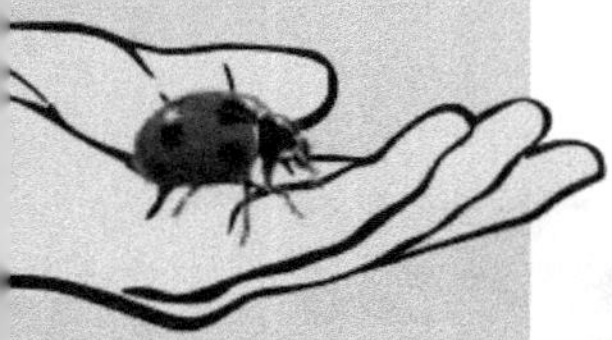

४ तुती रेशीम अळी

नाव : तुतीवरील रेशमी अळी

इंग्रजी नाव : Mulberry silkworm

शास्त्रीय नाव : *Bombyx mori*

कुळ : Bombycidae, **गण :** Lepidoptera

ओळख :

- रेशीम उत्पादनासाठी बॉम्बेक्स मोरी प्रजाती अधिक प्रमाणात वापरली जाते. ही प्रजाती तुतीच्या पानावर उपजीविका करते. अंडी पिवळसर पांढऱ्या रंगाची असतात. अंड्यातून अळी बाहेर पडण्याआगोदर अंडी विटकरी किंवा काळी पडतात. अंड्यांतून निघालेल्या अळ्या काळपट विटकरी रंगाच्या असतात. पूर्ण वाढ झालेल्या मोठ्या अळ्या पांढऱ्या रंगाच्या असतात. कोष पांढऱ्या किंवा पिवळ्या रंगाचे असतात. प्रौढ पतंग पांढऱ्या रंगाचे असून, त्यांना उडता येत नाही. रेशीम निर्मितीसाठी कोषाचा वापर केला जातो. या अळीने विणलेल्या कोषाला ककून म्हणतात. असे ककून गरम पाण्यात किंवा उन्हात वाळवून आतील कोष अवस्था नष्ट करतात. ककूनपासून जवळपास ६०० ते १००० मीटरचा अखंड धागा काढतात. यालाच 'रेशमी धागा' म्हणतात.

जीवनक्रम :

- एक मादी सर्वसाधारणपणे ३०० ते ६०० अंडी घालते. अंडी अवस्था १० ते १४ दिवसांची असते. अळी अवस्था २७ ते ३५ दिवसांची असते. अळ्या तुतीच्या पानावर आपली उपजीविका करतात. अळी पाच अवस्थांमधून जीवनक्रम पूर्ण करते. पूर्ण वाढ झालेल्या अळ्या जवळच्या काड्यांचा आधार घेऊन कोषात जातात. पूर्ण वाढ झालेली अळी स्वतःभोवती कोष विणण्यास सुरुवात करते. आतमध्ये कोषात जाते. कोष अवस्था १५ दिवसांची असते. दोन आठवड्यांनंतर प्रौढ पतंग कोषाला छिद्र पाडून बाहेर पडतो. प्रौढ मादी कोषातून निघाल्यानंतर २४ तासांत अंडी देण्यास सुरुवात करते.

भक्ष्य वनस्पती :

- ही रेशीम अळी फक्त तुतीच्या पानावर उपजीविका करते.

आढळ :

- भारतामध्ये कर्नाटक, आंध्र प्रदेश, पश्चिम बंगाल, तामिळनाडू, महाराष्ट्र, जम्मू-काश्मीर या राज्यांत संगोपन व उत्पादन घेतले जाते.

वापर :

- रेशमाचा उपयोग वस्त्रनिर्मितीसाठी, तसेच कोषांचा उपयोग शोभेच्या वस्तुनिर्मितीसाठी करतात.

तुतीवरील रेशीम अळी

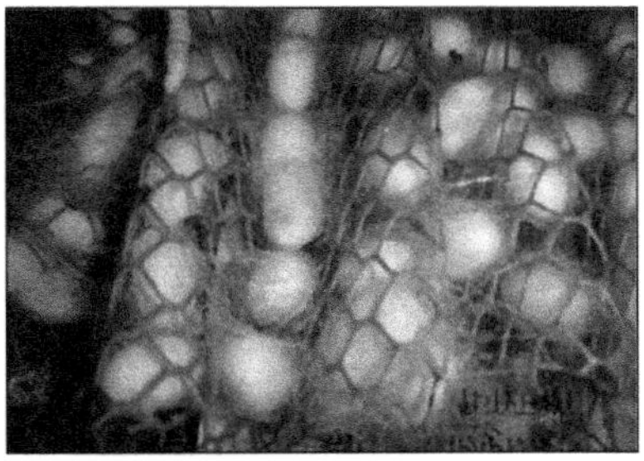

अंडी व प्रौढ पतंग

कोष

■■ *रेशीम कीटक आणि रेशीम उद्योगासंबंधी काही माहिती...*

रेशीम हे भारतीय संस्कृतीचा अविभाज्य भाग आहे. रेशीम धाग्याची निर्मिती ही रेशीम अळ्यांचे संगोपन व संवर्धन करून करता येते. रेशीम निर्माण करणाऱ्या रेशीम कीटकाच्या चार प्रजाती आहेत. जगामध्ये चारही प्रजातींपासून रेशीम धाग्यांची निर्मिती करणारा भारत हा एकमेव देश आहे.

रेशीम कीटकाच्या प्रजाती :

तुती रेशीम, टसर रेशीम, इरी रेशीम, मुगा रेशीम.

रेशीम उत्पादनाची स्थिती :

जागतिक पातळीवर रेशीम उत्पादनामध्ये चीनचा प्रथम क्रमांक असून, भारताचा दुसरा क्रमांक आहे. भारतामध्ये सर्वांत जास्त उत्पादन तुती रेशमाचे होते. एकूण रेशीम उत्पादनात तुती रेशमाचा वाटा ९२.५ टक्के, टसर रेशमाचा १.७ टक्के, इरी रेशमाचा ५.३ टक्के आणि मुगा रेशमाचा ०.५ टक्के वाटा आहे.

तुती व इरी रेशीम कीटकाचे संगोपनगृहामध्ये संगोपन करून रेशीम कोषाचे उत्पादन करता येते; पण टसर आणि मुगा रेशीम कीटकांचे संगोपन नैसर्गिकरीत्या जंगलामध्ये करावे लागते.

रेशीम उद्योगाची मुख्यतः दोन भागांत विभागणी होते :

- *खाद्य वनस्पतीची लागवड करून रेशीम कोषाचे उत्पादन करणे (शेतीवर आधारित).*
- *उत्पादित झालेल्या कोषांवर प्रक्रिया करून धागानिर्मिती करणे. एक हेक्टर तुती लागवड ते कापडनिर्मितीपर्यंतच्या प्रक्रियेमध्ये प्रत्यक्षरीत्या १३ लोकांना रोजगार उपलब्ध होतो, तसेच अप्रत्यक्षरीत्या तेवढ्याच प्रमाणात रोजगार उपलब्ध होऊ शकतो. ग्रामीण भागातच हा उद्योग करता येतो. या उद्योगामुळे शेतकऱ्यास दरमहा वेतनाप्रमाणे उत्पन्न मिळू शकते. कमी कष्टाचे काम असल्याने घरातील वृद्ध, अपंग व्यक्ती, स्त्रियाही चांगल्या प्रकारे काम करू शकतात. या उद्योगात महाराष्ट्र अपारंपरिक राज्यांमध्ये आघाडीवर आहे. राज्यातील अनुकूल हवामानामुळे उद्योगाच्या प्रगतीला वाव आहे.*

टसर रेशीम अळी

५

नाव : टसर रेशीम अळी

इंग्रजी नाव : Tasar silkworm

शास्त्रीय नाव : *Antharea mylitta*

कूळ : Saturniidae, **गण :** Lepidoptera

ओळख :

- टसर रेशीम अळी भारतामध्ये उष्ण प्रदेशात आढळते. या प्रताजीच्या एका वर्षामध्ये अनेक पिढ्या पूर्ण होतात. टसर रेशीम अळीचे कोष इतर रेशीम अळ्यांपेक्षा मोठे असून, रेशीम धागा जाड व चरबरीत असतो.
- अळीच्या आखूड, मऊ शरीरावर लहान केसांचे गुच्छे असतात. अळी हिरव्या रंगाची असते. अंडी गोल, चपटी, पांढरट बदामी असतात. अंड्यातून निघालेली अळी तपकिरी पांढऱ्या रंगाची असते व डोळे काळ्या रंगाचे असतात. ४८ तासांनंतर अळी हिरव्या रंगाची होते. पूर्ण वाढ झालेली अळी ९ सें. मी. लांब व ३० ग्रॅम वजनाची असते. अळी पाने कुरतडून खाते. कोष पिवळ्या किंवा बदामी रंगाचा १० ग्रॅम वजनाचा असतो. त्याला देठ असून, झाडाच्या फांदीला लटकलेला असतो. कोष अंडाकृती व ४ ते ४.५ सें. मी. लांब असतो. प्रौढ बदामी रंगाचा असून, चारीही पंखांवर डोळ्यांसारख्या खुणा असतात. पंखाचा विस्तार १५ सें. मी. लांब असतो.

जीवनक्रम :

- प्रौढ मादी जवळपास १५० ते २५० अंडी घालते. अंडी अवस्था ८ ते १० दिवसांची, अळी अवस्था ३५ दिवसांची, कोष अवस्था १५ ते २० दिवसांची तर प्रौढ अवस्था ३ ते ५ दिवस असते. एक जीवनक्रम पूर्ण होण्यास ६५ ते ७० दिवसांचा कालावधी लागतो.

यजमान वनस्पती :

- अर्जुन, आसन, बोर, जांभूळ या वनस्पतींवर उपजीविका करते.

आढळ :

- भारतामध्ये उष्ण प्रदेशात आढळते. या रेशीम अळीचे संगोपन नैसर्गिकरीत्या जंगलामध्ये करतात. महाराष्ट्रात चंद्रपूर, गडचिरोली या जिल्ह्यांत जंगलामध्ये या अळ्यांचे संगोपन करतात व त्यापासून निर्माण झालेले कोष जमा करून त्याची विक्री करतात.

वापर :

- रेशमाचा उपयोग वस्त्रनिर्मितीसाठी, तसेच कोषांचा उपयोग शोभेच्या वस्तूनिर्मितीसाठी करतात

टसर रेशीम कोष

अळी

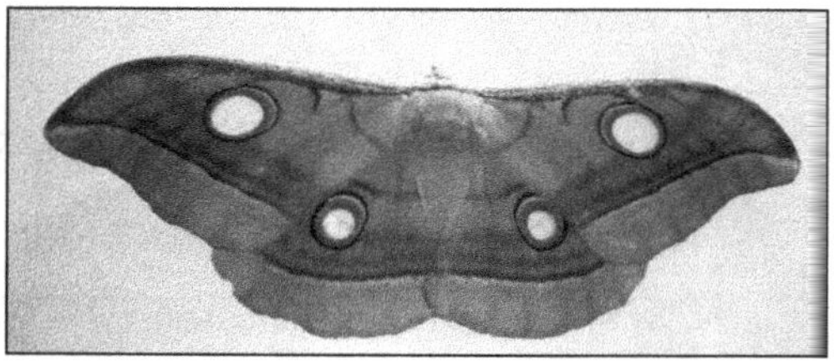

पतंग

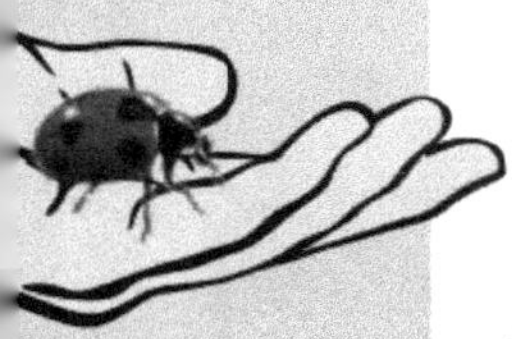

मुगा रेशीम अळी

६

नाव : मुगा रेशीम अळी

इंग्रजी नाव : Muga silk worm

शास्त्रीय नाव : *Antheraeo assamensis*

कूळ : Saturniidae **गण :** Lepidoptera

ओळख :

- मुगा रेशीम कीटकाची अंडी गोलाकार, चपटी, बदामी रंगाची असतात. अंड्यातून निघालेल्या अळ्या तपकिरी रंगाच्या असतात. पूर्ण वाढ झालेली अळी हिरव्या रंगाची असून ६० ते ७५ मि. मी. लांब असते. प्रौढ ३ ते ३.५ सें. मी. लांब व लालसर बदामी रंगाचा असतो. कोष ६ ग्रॅम वजनाचा बदामी किंवा सोनेरी रंगाचा असतो. या रेशीम अळीचे संगोपन बंदिस्त तसेच खुल्या जागेत करावे लागते.

जीवनक्रम :

- अंडी अवस्था ७ ते १६ दिवसांची असते. अळी अवस्था २४ ते ५२ दिवसांची असून, पाच अवस्थांमधून जीवनक्रम पूर्ण करते. कोष विणण्याचा कालावधी ३ ते ६ दिवसांचा असतो. कोष अवस्था १४ ते ४४ दिवसांची असते. प्रौढ अवस्था २ ते ३ दिवसांची असते. एक जीवनक्रम पूर्ण होण्यास ५० ते १२० दिवसांचा कालावधी लागतो. एका वर्षामध्ये ५ ते ६ पिढ्या पूर्ण होतात.

यजमान वनस्पती :

- सोम, शामल या झाडावर आढळतो.

आढळ :

- भारतामध्ये आसाम, मेघालय राज्यांत आढळतो.

वापर :

- या रेशमाचा वापर वस्त्र उद्योगात साड्या, चादर इत्यादीसाठी होतो. पैठणी साडीमध्ये सोनेरी जरीकामासाठी वापर करतात.

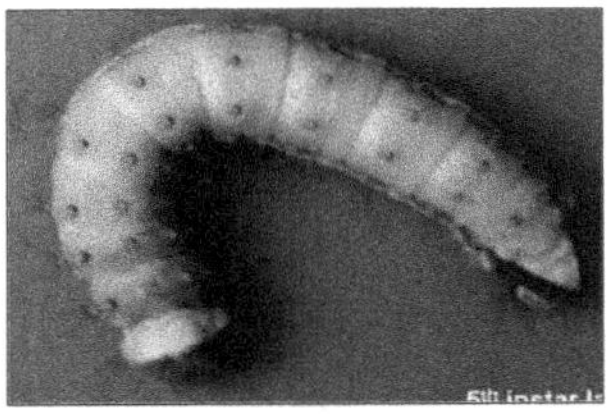

अळी

कोष

प्रौढ

■

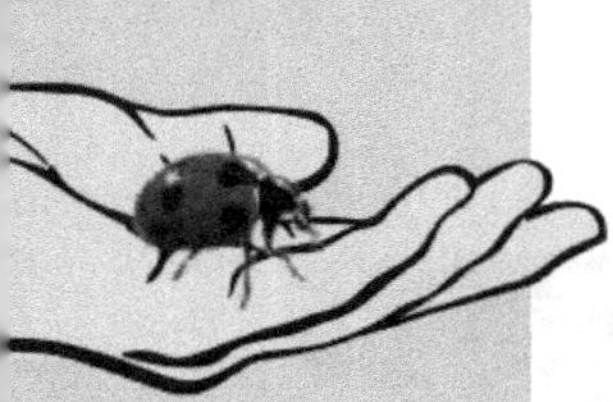

एरंडीवरील रेशीम अळी

नाव : एरंडीवरील रेशीम अळी

७

इंग्रजी नाव : Eris Silkworm

शास्त्रीय नाव : *Philosamia ricini*

कुळ : Saturniidae, **गण** : Lepidoptera

ओळख :

- ईरी रेशीम अळीची अंडी पांढऱ्या रंगाची असतात. पांढऱ्या अळीच्या शरीरावर काळे ठिपके असतात व काटेरी अवयव असतात. पूर्ण वाढ झालेली अळी ७० ते ७५ मि.मी. लांब असते. कोष पांढरा असून, देठविरहीत असतो. कोष अंडाकृती व पांढरे, तपकिरी पिवळे, लालसर रंगाचे ३.५ ते ४.५ सें.मी. लांबीचे असतात. एक कोष ३.५ ते ४ ग्रॅम वजनाचा असतो. प्रौढ पतंग गडद रंगाचा असून पंखावर नक्षीकाम असते. दोन्ही पंखांवर मध्यभागी उभा पांढरा पट्टा असतो. प्रौढ दिसायला आकर्षक असतो. पंखाचा विस्तार १२ ते १५ सेमी. लांब असतो. रेशीम धागा आखूड असून, ३.५ ते ४ इंचाचे धागे असतात. धागा अखंड नसल्याने विणण्यास कठीण जातो. ईरी रेशीम अळीच्या एका वर्षामध्ये अनेक पिढ्या पूर्ण होतात. यांच्या कोषास देठ नसतो. ही रेशीम अळी फक्त एरंडीच्या पानावर उपजीविका करते. याची पैदास बंदिस्त तसेच खुल्या जागेत करावी लागते.

जीवनक्रम :

- प्रौढ मादी १२० ते २०० अंडी देते. अंडी अवस्था ३ ते ४ दिवसाची असते. पूर्ण वाढ झालेली अळी ८ सें.मी. लांब असते. अळी अवस्था १७ ते २५ दिवसांची व ६ ते ९ ग्रॅम वजनाची असते. अळी पाच अवस्थांमधून जीवनक्रम पूर्ण करते. कोष अवस्था २० दिवसांची असते. उन्हाळ्यात एक जीवनक्रम पूर्ण होण्यास ५० दिवस तर थंडीमध्ये ८५ दिवस लागतात.

यजमान वनस्पती :

- एरंडी, केसरू, पपई, शाबूदाणा या झाडावर आढळते.

आढळ :

- भारतामध्ये उत्तर-पूर्व राज्यामध्ये आढळते. आसाम, बिहार, पश्चिम बंगाल, ओडिसा या राज्यांमध्ये आढळते.

वापर :

- या रेशमाचा उपयोग वस्त्र निर्मितीसाठी केला जातो. तसेच आदिवासी लोक यापासून चादर बनवतात.

अळी

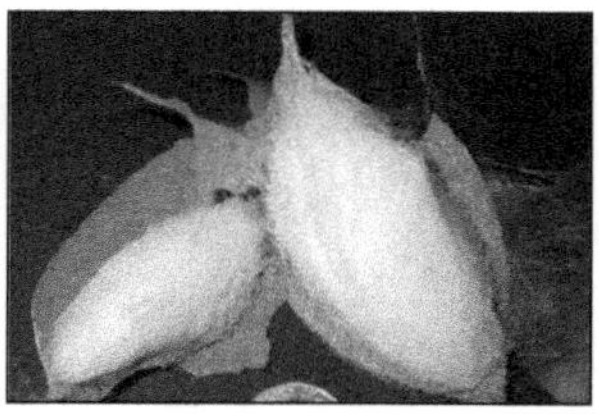

कोष

प्रौढ

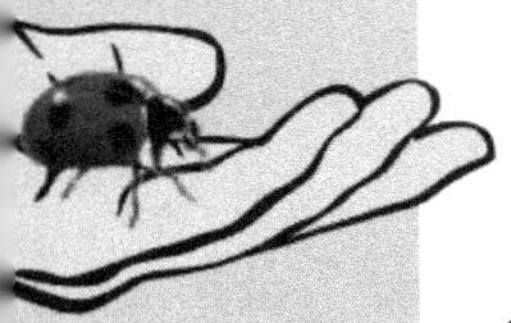

मधमाशी

नाव : मधमाशी

इंग्रजी नाव : Honey bee

८

कूळ : Apidae, **गण :** Hymenoptera

- मधमाश्यांपासून मध मिळतो, एवढीच माहिती सर्वसामान्यांना असते. परंतु, मधमाश्यांपासून मधाव्यतिरिक्त मेण, पराग, विष, राजान्न आणि रोगण हेही पदार्थ मिळतात. चांगली फुले किंवा बीजधारणा उत्तम व्हावी याकरिता जे परागसिंचन व्हावे लागते, ते कीटकांवर अवलंबून असते. मधमाश्या परागसिंचनामध्ये महत्त्वाची कामगिरी पार पडतात. परागीकरणाच्या माध्यमातून शेतीच्या उत्पादनामध्ये मधमाश्यांमुळे मोठी भर पडते. भारतात मधाचा मुख्य उपयोग औषध म्हणून आणि औषध घेताना अनुपान म्हणून केला जातो. मधमाश्यांपासून मध आणि मेण मिळवण्याचे तंत्र आपल्या पूर्वजांना हजारो वर्षांपासून ज्ञात होते. आयुर्वेदात मधाचे विशिष्ट गुणधर्म सांगितलेले आहेत. अनेक आयुर्वेदिक औषधांत मध हा एक महत्त्वाचा घटक असतो.
- भारतीय उपखंडात विविध प्रकारच्या मधमाश्या आढळतात. त्यापैकी पाळीव सातपुडी (सातेरी) व युरोपियन मधमाश्या आणि निसर्गात आढळणाऱ्या जंगली; परंतु पाळता न येणाऱ्या फुलोरी, आग्यामाश्या व पोयाची माश्या या मधमाश्या उत्तम मधउत्पादक व परागसिंचक आहेत.

ओळख :

- मधमाशीच्या डोळ्यांत शेकडो बारीक बारीक असे स्वतंत्र डोळे असतात व ते डोळे स्वतंत्रपणे मज्जासंस्थेस जोडलेले असतात. एखाद्या वस्तूचे स्थान आकार हलणाऱ्या वस्तूची गती, दिशा इत्यादीसंबंधी ज्ञान व जाण मधमाश्यांना यामुळे अधिक स्पष्ट होते. मधमाश्यांना लाल रंग व त्याच्या छटा ओळखता येत नाहीत. परंतु, निळ्या, हिरव्या रंगाची त्यांना जाण असते. अतिनील किरणे त्या पाहू शकत असल्याने ढगाआड गेलेल्या सूर्यास त्या पाहू शकतात व वसाहतीतून खाद्याकडे जाणे व वसाहतीत परत येणे, त्यांना सहज शक्य होते. मधमाश्यांचे मागील पंख पुढच्या पंखापेक्षा आकाराने लहान असतात. मधमाश्या सरळ, बाजूला, मागे, पुढे, वर, खाली व एकाच ठिकाणी स्थिर अशा उडू शकतात व सुलभतेने दिशाही बदलू शकतात.
- मधमाशीच्या सर्वांगावर असंख्य केस असतात. माश्या परागकणावर शरीर घुसळतात व यामुळे त्यांचे सर्व शरीर परागाने माखून जाते. पुढच्या पायांनी अंग साफ करत मधमाश्या हे सर्व परागकण शेवटच्या पायामध्ये असलेल्या खोबणीत (परागपरडी) घट्ट बसवतात. दोन पायांमध्ये पराग भरून झाले, म्हणजे मधमाश्या वसाहतीत परत जातात. पुढच्या दोन पायांच्या साहय्याने या खोबणीतील परागभार पोळ्यातील षटकोनी घरात टाकून देतात.

जीवनक्रम :

- राणीमाशी दोन प्रकारची अंडी घालते. तरुण फलित राणीमाशी वर्षातील बहुतेक काळ फलित अंडी घालते व त्यामधून कामकरी माशी किंवा राणीमाशी निर्माण होतात. वसाहतीच्या गरजेप्रमाणे, फलित अंड्यातून बाहेर पडणाऱ्या अळीला विशिष्ट प्रकारचे खाद्यपदार्थ देऊन कामकरी माशीत किंवा राणीमाशीत तिचे रूपांतर करणे याचे नियमन केले जाते. अंडी अवस्था तीन दिवसांची, अळी अवस्था ५ ते ७ दिवसांची, कोष अवस्था ८ ते १४ दिवसांची तर प्रौढ अवस्था १५ ते २४ दिवसांची असते. राणीमाशी २ ते ५ वर्ष जिवंत राहते. कामकरी माशीचे आयुष्य ४ ते ६ महिने असते तर नर माशीचे आयुष्य १ ते २ महिने असते.

पिकामधील आढळ :

- कापूस, वांगी, भेंडी, मिरची, काकडी, भोपळा, दुधी, पडवळ, कारले, कोबी, कांदा, लसूण, तूर, मूग, उडीद, मटकी, सूर्यफूल, मोहरी, तीळ, अंबाडी, लिंबू, संत्री, मोसंबी, पेरू इत्यादी.

■■ *मधमाश्यांच्या वसाहतीची रचना :*

मधमाश्यांच्या वसाहतीला आपण मोहळ या नावाने ओळखतो. वसाहतीत अनेक लहान षटकोनी आकाराची घरे असतात व त्या घरांमध्ये मधमाश्यांची अंडी, अळ्या, कोष, मकरंद, मध, पराग भरलेला असतो. मधमाश्यांच्या वसाहतीत राणी, नर व कामकरी असे तीन घटक असतात. प्रत्येक घटकाचे विशिष्ट कार्य असते. राणी आणि नर माश्यांची कार्ये मर्यादित असतात; परंतु कामकरी माश्यांना अनेक प्रकारची कामे करावी लागतात. एका वसाहतीची संख्या ३५,००० ते ७०,००० असते. एका वसाहतीमध्ये एक राणीमाशी, २०० ते ३०० नर व हजारो कामकरी माश्या असतात. राणीमाशी अंडी घालण्याव्यतिरिक्त दुसरे काहीही काम करत नाही. रोज सुमारे ८०० ते १२०० अंडी घालते व पूर्ण आयुष्यामध्ये १५ लाख अंडी घालते. षटकोनी घरात अंडे सुलभतेने घालता यावे यासाठी तिचे पोट टोकाकडे निमुळते होत गेलेले असते. नरमाशी राणीमाशीबरोबर संयोग करून तिला फलित करतात. नराचे शरीर राणी किंवा कामकरी माशीपेक्षा दणकट असते. नरमाशीला संयोगासाठी हवेमध्ये उडत्या राणीचा पाठलाग करून तिच्याबरोबर संयोग करावा लागतो. राणी अंडी घालू लागल्यानंतर नराकडे दुर्लक्ष केले जाते. कामकरी माश्यांना दिलेल्या नावाप्रमाणे वसाहतीतील अनेक प्रकारची कामे करावी लागतात-जसे मध जमा करणे व वसाहतीचे संरक्षण करणे.

■

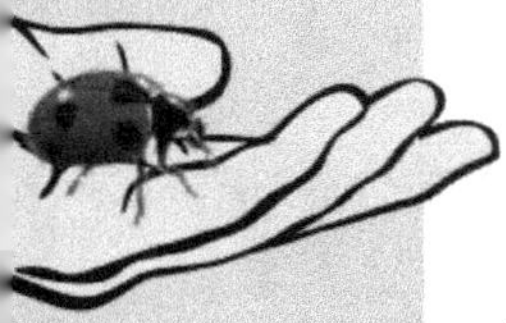

सातेरी मधमाशी

९

नाव : सातपुडी (सातेरी) मधमाशी

इंग्रजी नाव : Indian hive bee

शास्त्रीय नाव : *Apis cerana indica*

कूळ : Apidae, **गण :** Hymenoptera

ओळख :

- सातेरी माशी ९ ते११ मि.मी. आकाराची असून, स्वभाव मवाळ असतो. माशी मातीच्या भिंतीतील पोकळी, झाडाच्या बुंध्यातील मोकळी जागा, घरातील सांदीच्या भागात अंधाऱ्या जागेत पोळे करते.
- सातपुडी मधमाश्यांना मधपेटीत पाळता येते. मधपेटीमध्ये राहून त्या एकापेक्षा जास्त म्हणजे ७ ते १० पोळी तयार करतात. मधमाश्यांचे खाद्य म्हणजेच त्या भागातील मकरंद, पराग देणारी वनस्पती, यांवर अवलंबून असते. साधारणपणे एका वसाहतीत ५ ते ७ पोळी आढळतात.
- दक्षिण भारतात या मधमाश्या आकाराने लहान आहेत आणि जसजसे उत्तरेकडे जाऊ, त्यांचा आकार वाढत जातो.
- एका मोहोळात मधमाश्यांची संख्या जेव्हा १५ ते २० हजारांपर्यंत पोचते, तेव्हा मधमाश्या राणी तयार करण्यासाठी पोळ्याच्या खालच्या किनाऱ्यावर शेंगदाण्यासारखी मोठी घरे बनवून वसाहतीच्या विभाजनाची तयारी करतात. भारतीय मधपाळ आजही अशा रीतीने तयार झालेल्या राणी कोठीवर वसाहतीची संख्या वाढवतात किंवा जुनी राणी मधमाशी बदलतात.
- ही मधमाशी संपूर्ण भारतीय असल्यामुळे हवामान, रोग व शत्रूपासून संरक्षण करण्यास सक्षम आहे. एका वसाहतीपासून एका वर्षामध्ये ३ ते ५ किलो मध मिळू शकतो.

■■ *पोळे जाळून मध काढणे चुकीचे*

काश्मीरमध्ये मातीच्या घराच्या भिंतीत जागा करून बाहेरील बाजूला एक छिद्र ठेवतात आणि आतून झाकण लावतात. हंगामात नवीन मधमाश्या येऊन तेथे पोळे बांधून काम करतात. हंगामाच्या शेवटी मधमाश्यांना धूर देऊन त्याचे पोळे काढून घेतात. पोळे पिळून मध काढल्यामुळे त्याला योग्य किंमत मिळत नाही आणि थंडीमुळे त्या मधमाश्याही मरण पावतात. पोळे जाळून मध काढण याची पद्धत भारतात अनेक ठिकाणी वापरली जाते; ती चुकीची आहे.

■

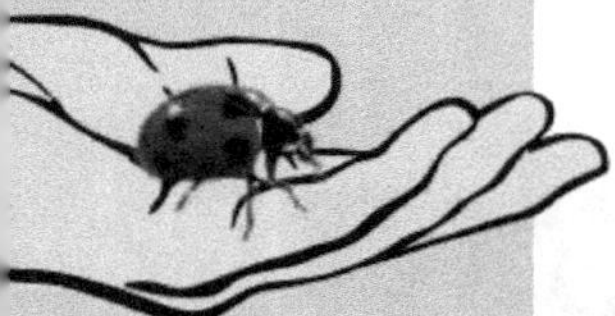

युरोपियन मधमाशी

१०

नाव : युरोपियन मधमाशी

इंग्रजी नाव : European or Italian bee

शास्त्रीय नाव : *Apis mellifera*

कूळ : pidae, **गण :** Hymenoptera

ओळख :

- ही माशी १३ ते १५ मि.मी. आकाराची असून, स्वभावाने मवाळ असते. ही मधमाशी अधिक मध व मेण पदार्थ निर्मितीबरोबरच पिकांच्या परागीभवनामध्ये मोलाचा वाटा उचलते. त्यातून पिकांच्या उत्पादनामध्ये मोठी वाढ होते. भारतामध्ये प्रथम १९६२मध्ये पंजाब कृषी विश्वविद्यालयाचे डॉ. अटवाल यांच्या मार्गदर्शनाखाली नारगोटा येथे अमेरिकेतून युरोपियन मधमाश्या आणण्यात आल्या. मधमाशीपालनामध्ये त्यांना अभूतपूर्व यश मिळाले. सध्या भारताच्या काश्मीर, पंजाब, हिमाचल प्रदेश या थंड हवामानाच्या भागात या माश्या उत्कृष्ट रीतीने पालन करताना आढळून येतात. उत्तर प्रदेशाच्या दक्षिणेकडील भागात असलेले कोरडे हवामान, मधमाश्यांच्या आवश्यकतेप्रमाणे लागणाऱ्या वनस्पती, मकरंद-परागाची उपलब्धता, मधाच्या हंगामानंतर दुसरा हंगाम सुरू होईपर्यंत मधल्या काळात मधमाश्यांना द्याव्या लागणाऱ्या खाद्यावरील खर्च वाढतो. त्यामुळे मधपाळांना त्यांचे पालन करणे परवडत नाही. एकंदरीत परागसिंचित पिकांसाठी विशेषतः सूर्यफूल, मोहरी, करडई, शेवगा, जांब, जांभूळ, कांदा बीजोत्पादनामध्ये सातेरी मधमाश्यांपेक्षा मेलिफेरा या मधमाशीमुळे उत्पादनात अधिक वाढ होत असल्याचे दिसून आले आहे. त्यांचे मधपाशीपालन उत्तर भारतात अतिशय लोकप्रिय झाले आहे. एका वसाहतीपासून एका वर्षामध्ये ५० किलो मध मिळू शकतो.

■

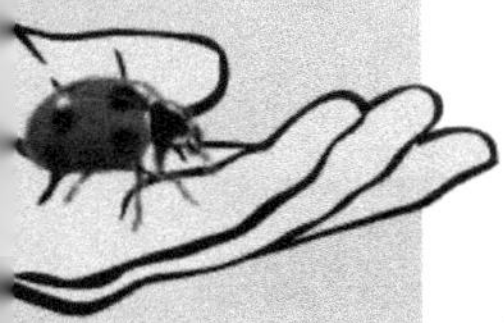

फुलेरी मधमाशी

११

नाव : फुलेरी मधमाशी

इंग्रजी नाव : Little bee

शास्त्रीय नाव : Apis florea

कुळ : Apidae, **गण :** Hymenoptera

ओळख :

- फुलेरी मधमाशी आकाराने सर्वात लहान ८ ते१० मी.मी. असते. या मधमाश्यांचा स्वभाव कमी तापट असतो. माश्यांच्या अंगावर पांढरे पट्टे असून रंग तांबूस काळा असतो. नर मधमाशीचा रंग काळा असून, त्या आकाराने बुटक्या असतात. राणी मधमाशी लांब आणि चपळ असते.
- पोळ्याचा आकार १५ ते २० सें.मी. असून इतर मधमाश्यांपेक्षा पोळे बांधण्याची पद्धत वेगळी आहे. त्या खुल्या जागेमध्ये एक पोळे बांधतात. झाडाच्या बारीक फांदीवर सर्व बाजूंनी मेण लावतात. वरच्या बाजूला लांब घरे मध साठवण्याकरिता खालील बाजूला निमुळते पोळे बांधतात. क्रमाने खाली कामकरी मधमाश्यांसाठी घरे, नंतर थोडी मोठी आकाराची घरे नर मधमाश्यांसाठी, त्याखाली पोळ्याचे अर्धवर्तुळाकारावर मोठी निमुळती १० ते १५ घरे राणी मधमाशीसाठी बनवली जातात.
- साधारणतः पोळ्यात जेव्हा ४ ते ५ हजार मधमाश्या, काही नरमाश्या आणि पिलावा किंवा मधाचा व परागाचा भरपूर साठा असतो, त्या वेळी राणी मधमाशी मोठ्या घरात अंडी घालते. कामकरी मधमाश्या त्यांची जोपासना करतात. १० ते १२ दिवसांनी, पहिली राणी मधमाशी आणि पोळ्यावरील ५० टक्के मधमाश्या पोळे सोडून जवळच स्वतंत्र अशी आपली व्यवस्था करतात.
- नवीन घरातून १५ ते १६ दिवसांनंतर एक-एक राणी मधमाशी राणी घरातून साधारणतः १ ते २ दिवसांच्या अंतराने निघून ५० टक्के कामकरी मधमाश्यांना घेऊन वेगळ्या ठिकाणी काम करू लागतात. शेवटी एक राणी मधमाशी आणि १५ ते २० कामकरी मधमाश्या आपल्या पोळ्यापासून जास्त दूर जात नाहीत. त्यामुळे मध तयार करण्याची क्षमता कमी असते. स्थानिक लोक मध एकत्र करतात. एका वसाहतीपासून एका वर्षामध्ये २५० ग्रॅम मध मिळू शकतो.

आढळ :

- गुजरात, कच्छ या भागात या मधमाश्या जास्त संख्येने आढळतात.

■

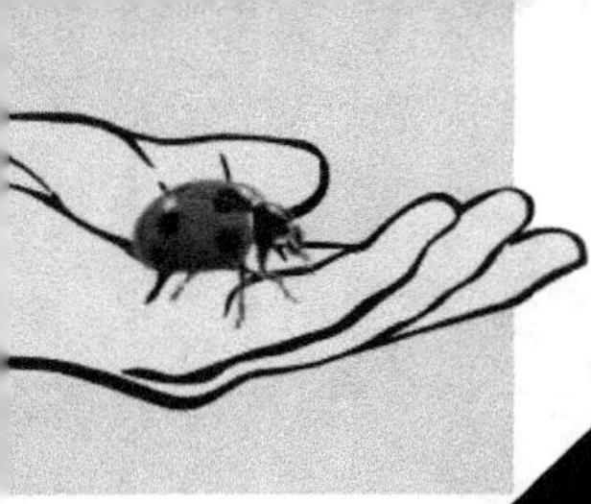

१२

आग्या मधमाशी

नाव : आग्या मधमाशी

इंग्रजी नाव : Rock bee

शास्त्रीय नाव : *Apis dorsata*

कूळ : Apidae , **गण :** Hymenoptera

ओळख :

- या प्रजातीच्या मधमाश्या आकाराने सर्वांत मोठ्या १६ ते १८ मी. मि. लांब आकाराच्या असतात. या मधमाश्या उंच झाडांच्या फांद्यावर एकच, पण आकाराने भलेमोठे पोळे बांधतात.
- या स्वभावाने फारच चिडक्या, तापट असल्यामुळे त्यांना पाळणे सहज शक्य होत नाही. या माश्या स्वसंरक्षणासाठी नांगीने दंश करतात.
- भारतातील एकूण मधाच्या उत्पादनात यांचा वाटा ७० टक्के आहे.
- या मधमाश्या सातेरी व युरोपियन जातीसारख्या पालन करता येत नाहीत. आदिवासी लोक जंगलामधील पोळ्यांमधून पारंपरिक पद्धतीने मध गोळा करतात. हे त्यांच्या उपजीविकेचे प्रमुख साधन आहे.
- आग्या मधमाश्या जंगलात झाडाच्या फांद्यावर, उंच पहाड, शहरातील उंच इमारती, पाण्याच्या टाक्या, मनोरे आदीवर पोळे बांधतात. या मधमाश्या हंगामाच्या सुरुवातीला पूर्वी वापरलेल्या जागी, नवीन हंगामात परत येऊन पोळे बांधतात. एका वसाहतीपासून एका वर्षामध्ये २० ते ४० किलो मध मिळू शकतो.

आढळ :

- आग्या मधमाश्या भारतात सर्वत्र आढळतात.

■

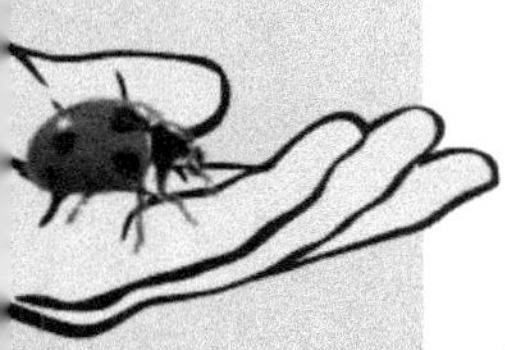

१३

परभक्षी कोळी

कोळी हे महत्त्वाचे परभक्षी असून, किडींच्या नियंत्रणामध्ये ते महत्त्वाची भूमिका पार पाडतात. त्यांना चार पायाच्या जोड्या असतात, तर कीटकामध्ये पायाच्या तीन जोड्या असतात. जगामध्ये परभक्षी कोळ्याच्या ४०,००० प्रजाती आढळतात, तर भारतामध्ये १००० प्रजाती आढळतात. कोळ्यांचे शरीर दोन भागांत विभागलेले असते. कोळी विविध रंगामध्ये आढळतात. ते जाळे विणतात. मग त्यामध्ये कीड अडकल्यानंतर त्याभोवती आणखी घट्ट जाळे विणले जाते. किडीच्या शरीराला दंश करून भक्ष्याच्या शरीरातील द्रव्य शोषण करते.

जीवनक्रम :

- प्रौढ मादी कोळी रेशीम जाळ्यांच्या पिशवीत जवळपास ३००० पर्यंत अंडी घालते. म ादी या अंड्यांचे पिल्ले निघेपर्यंत रक्षण करते. पिल्ले दिसायला प्रौढासारखेच असून, आकाराने लहान असतात. परभक्षी कोळी एक ते दोन वर्षांपर्यंत जिवंत राहतात. ते विविध आकारांमध्ये आढळतात. त्याच्या कमीत कमी ०.३७ मि. मी. आकाराच्या प्रजाती आहेत; तसेच १० मि. मी. पर्यंत आकाराचे कोळीही आढळतात. जाळे विणणाऱ्या बऱ्याच प्रजातींना कमी दिसते. मात्र, भक्ष्य जाळ्यात अडकल्यावर त्याच्या कंपनाने लगेच त्याकडे आकर्षित होतात. विविध प्रकारचे कोळी सर्व पिकावरील वेगवेगळ्या किडींच्या अवस्थांवर उपजीविका करतात. नैसर्गिकरित्या किडींचे व्यवस्थापन करतात. त्यामुळे एकात्मिक कीड व्यवस्थापनाचा अवलंब करावा.

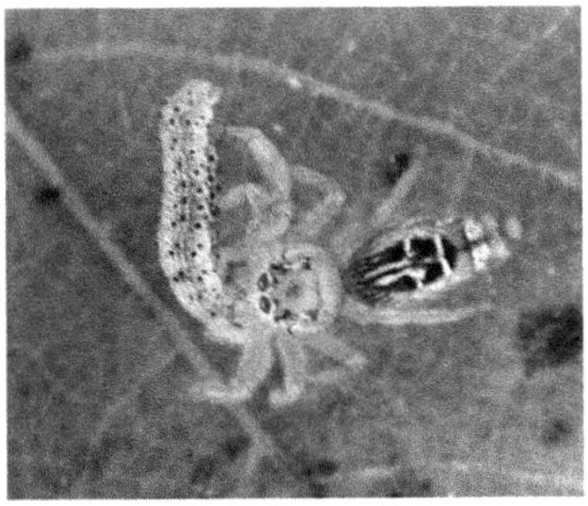

परभक्षी कोळी बोंड अळीला खाताना

परभक्षी कोळी लाल ढेकणाला खाताना

■

लेखकांचा परिचय

» या मालिकेचे लेखन वसंतराव नाईक मराठवाडा कृषी विद्यापीठ, परभणी येथील कीटकशास्त्र विभागातील शास्त्रज्ञ डॉ. बी. बी. भोसले, प्रा. बी. व्ही भेदे, डॉ. अनंत बडगुजर, प्रा. एस. टी. शिंदे यांनी केले आहे.

» डॉ. बी. बी. भोसले विस्तार शिक्षण संचालनालय येथे संचालक पदावर कार्यरत आहेत. त्यांनी विभागप्रमुख कीटकशास्त्र, कुलसचिव सहयोगी अधिष्ठाता व प्राचार्य आदी महत्त्वाच्या जबाबदाऱ्या यशस्वीरित्या सांभाळल्या आहेत.

» मालिकेच्या लेखकांनी राष्ट्रीय व आंतरराष्ट्रीय पातळीवर शोधनिबंध, तांत्रिक लेख प्रकाशित केले आहेत.

» लेखकांच्या या 'टीम'ला कीटक छायाचित्रासाठी राष्ट्रीय व आंतरराष्ट्रीय पारितोषिके प्राप्त झाली आहेत.

» एकात्मिक कीड व्यवस्थापनासंबंधी विस्तारकार्यात व क्रॉपसॅप प्रकल्पात त्यांचे मोठे योगदान आहे.

» 'ॲग्रोवन'चे काही वर्षांपासूनचे नियमित लेखक म्हणूनही या तज्ज्ञांची ओळख आहे.

तणावर उपजीविका करणारा : झायगोग्रामा भुंगा

अंडी

अळी

कोष

प्रौढ

कोचीनियल ढेकूण

निओचीटीना भुंगे

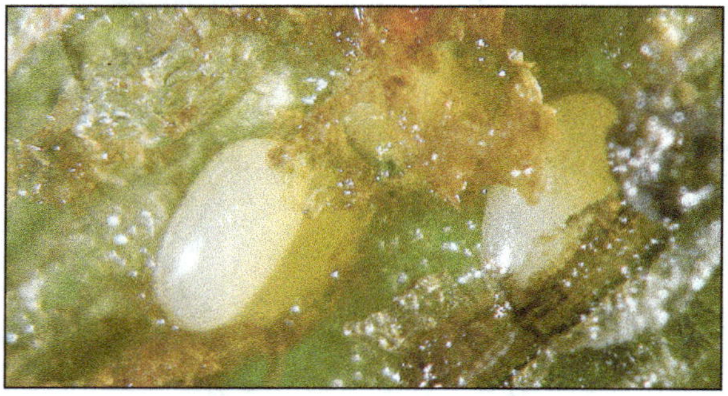

अंडी

प्रौढ भुंगा

तुतीवरील रेशमी अळी

तुतीवरील रेशमी अळी

अंडी व प्रौढ पतंग

कोष

टसर रेशीम अळी

टसर रेशीम कोष

अळी

पतंग

एरंडीवरील रेशीम अळी

अळी

कोष

प्रौढ

मधमाशी

सातपुडी (सातेरी) मधमाशी

फुलेरी मधमाशी

युरोपियन मधमाशी

परभक्षी कोळी

परभक्षी कोळी बोंड अळीला खाताना

परभक्ष्यी कोळी लाल ढेकणाला खाताना

www.ingramcontent.com/pod-product-compliance
Lightning Source LLC
LaVergne TN
LVHW062122171026
850499LV00045B/1984